அறம் பொருள் இன்பம்

அறம் பொருள் இன்பம்

வ.நாகப்பன்

விகடன்
பிரசுரம்

Title :
ARAM PORUL INBAM
© NAGAPPAN

ISBN :978-81-8476-750-6

விகடன் பிரசுரம்: **982**

நூல் தலைப்பு:
அறம் பொருள் இன்பம்

நூல் ஆசிரியர்:
© வ.நாகப்பன்

முதற்பதிப்பு : **டிசம்பர், 2016**

இரண்டாம் பதிப்பு : **நவம்பர், 2017**

விலை : **₹ 130**

பதிப்பாளர்:
பா.சீனிவாசன்

முதன்மை உதவி ஆசிரியர்:
அ.அன்பழகன்

உதவி ஆசிரியர்கள்:
ஜெ.கலைவாணி, ப.சுப்பிரமணி

வடிவமைப்பு:
ப.ஷங்கர், தே.ஆறுமுகம்

இந்தப் புத்தகத்தின் எந்த ஒரு பகுதியையும் பதிப்பாளரின் எழுத்துபூர்வமான முன் அனுமதி பெறாமல் மறுபிரசுரம் செய்வதோ, அச்சு மற்றும் மின்னணு ஊடகங்களில் மறுபதிப்பு செய்வதோ காப்புரிமைச் சட்டப்படி தடை செய்யப்பட்டதாகும். புத்தக விமரிசனத்துக்கு மட்டும் இந்தப் புத்தகத்திலிருந்து மேற்கோள் காட்ட அனுமதிக்கப்படுகிறது.

விகடன் பிரசுரம்

757, அண்ணா சாலை, சென்னை-600 002.

எடிட்டோரியல் பிரிவு போன்: 044-28524074 / 84
விற்பனை பிரிவு போன்: 044-42634283 / 84
e-mail: books@vikatan.com

பதிப்புரை

அற வழியில் பொருள் ஈட்டி இன்பம் காண்பது மனிதனின் இயல்பு.

அறம், பொருள், இன்பம் மூன்றும் வாழ்க்கைக்கு முக்கியமானவை. இதில் ஒன்றில் முறையான திட்டமிடல் இல்லாவிட்டாலும் அடிப்படையான வாழ்வாதாரமே அசைவு கண்டுவிடும்.

முதலில் அறம் செய்தல். தான் தேர்ந்தெடுத்த தொழில், அல்லது திட்டம் ஆகியவற்றில் கண்ணியமாக செயலாற்றுவதும் அதன்வழியில் பொருளீட்டலும் அதை வீணாக செலவழிக்காமல் காப்பதினால் பிற்காலத்தில் இன்பமாய் வாழலாம். இதில்தான் சிக்கலே. இந்த சிக்கலுக்கான விடையாகவே அமைகிறது இந்த நூல்.

உழைப்பு, முறையான திட்டமிடல், சேமிப்பு, முதலீடு, காப்பு ஆகியவற்றில் அரசு, வங்கி அமைத்துக் கொடுத்திருக்கும் திட்டத்தில் சேர்ந்து தங்களது உழைப்பையும் சேமிப்பையும் காப்பீடுகளால் தங்களை காத்துக்கொள்ளும் வழிகள் ஏராளம் உண்டு.

எவ்வளவு சேமிப்பது, எப்படித் திட்டமிடுவது? எங்கு முதலீடு செய்வது? கைநிறைய சம்பாதித்தும் சேமிப்பு இல்லை... சேமித்தாலும் அதை வெகு நாட்கள் காக்க முடிவதில்லை... இதற்கான திட்டங்கள் என்னென்ன? என்.ஆர்.ஐ., கணக்கு தொடங்க முடியுமா? கடன் வாங்கி வீட்டு மனை வாங்குவது சரியா? தங்கம் ஒரு சேமிப்பா? ELSS திட்டத்தில் நாம் முதலீடு செய்வதால், என்ன ஆதாயம்? நல்ல மியூச்சுவல் ஃபண்ட் திட்டத்தைத் தேர்ந்தெடுப்பது எப்படி? 'பவர் ஆஃப் காம்பவுண்டிங்' என்றால் என்ன? இதுபோன்ற அநேக புதிய திட்டங்கள், சந்தேகங்கள், குழப்பங்கள் ஆகியவற்றுக்கு தெளிவான விளக்கம் தருகிறது இந்த நூல்.

ஆனந்த விகடனில் தொடராக வெளிவந்த 'அறம் பொருள் இன்பம்' நூல் வடிவில், இப்போது உங்கள் கைகளில்.

உழைத்து, திட்டமிட்டு, சேமித்து, முதலீடு செய்து காப்பீட்டில் பதிவாகி ஆயுள் காக்கும் உறுதியான வாழ்வாதாரத்தைப்பெற இந்த நூல் நிச்சயம் கைகொடுக்கும்.

முன்னுரை

அறம் செய்து நியாயமான வழியில் நாம் ஈட்டும் பொருளே நமக்கு நல்லின்பத்தைத் தரும்!

பாடுபட்டு அப்படி ஈட்டிய பணத்தைச் சேமிக்கும்விதமும் நேர்மையானதாக இருக்கவேண்டியது அவசியம். சேமிக்கும் பணத்தை முறையாக முதலீடு செய்து நிம்மதியான ஓய்வு காலத்திற்குத் திட்டமிடுவது நல்லது.

ஆனால், இன்றைய தேதியில் நம் சேமிப்பைக் கரைக்கும் மூன்று விஷயங்கள்:

- பணவீக்கம்
- வரி
- அதிகரித்துவரும் தேவைகள்

இவையெல்லாம் நமக்குத் தெரிந்த விஷயம்தான் என்றாலும், இவற்றில் இருந்து சமாளித்து சாமர்த்தியமாக வெளிவருவது எப்படி என்பதுதான் கேள்வி. குறிப்பாக, அதிகரித்து வரும் தேவைகள். அடேங்கப்பா! மாறிவரும் வாழ்க்கைச் சூழலால் நம் தேவைகள்தான் எவ்வளவு அதிகரித்திருக்கின்றன!

உட்கார்ந்த இடத்தில் இருந்தே, நம்மைச் சுற்றிப் பாருங்கள்; சுமார் 30 ஆண்டுகளுக்கு முன்னர் எதெல்லாம் நமக்குத் தேவையில்லையோ, எவையெல்லாம் ஆடம்பரப் பொருட்களாகக் கருதப்பட்டனவோ, அவையெல்லாம் இன்று அத்தியாவசியப் பொருட்களாக மாறிவிட்டன.

கேஸ் அடுப்பு, மிக்ஸி, வெட் க்ரைண்டர், வாஷிங் மெஷினில் ஆரம்பித்து, ஃப்ளாட் டிவி., ஏ.சி., லேப் டாப், கம்ப்யூட்டர், மொபைல் ஃபோன் என எவ்வளவு உபகரணங்கள்! அம்மாடியோவ்!

ஒவ்வொரு உபகரணத்தையும் வாங்கும்போது அதை வாங்குவதற்கு நாம் செய்யும் முதலீடு மட்டும் செலவல்ல; அதன் பின்னர் அவ்வப்போது ரிப்பேர் அகும்போது அதை மெயின்டெயின் பண்ண செய்யும் செலவு ஒரு பக்கம். அதற்கான மின்சாரத் தேவை என செலவு இன்னொரு பக்கம்! மூச்சு முட்டுகிறதல்லவா?

இது எங்கு கொண்டுபோய் நம்மை விட்டிருக்கிறது தெரியுமா?

இன்று தண்ணீரை விலைக்கு வாங்குகிறோம்.

முப்பது ஆண்டுகளுக்கு முன்னால் சொன்னால் சிரிப்பார்கள். மிகப்பெரும் பணக்காரார்கள் மட்டுமே பிஸ்லரி பாட்டில் தண்ணீர் அருந்துவார்கள் - அதுவும் ஃபைவ் ஸ்டார் ஹோட்டல்களில் மட்டுமே கிடைக்கும். நடுத்தட்டு மக்கள்கூட இப்போது மாதா

மாதம் தண்ணீருக்கும் சேர்த்து பட்ஜெட் போடவேண்டியுள்ளது.

அடுத்தது என்ன? சொன்னால் சிரிக்கக்கூடாது?

காற்று!

இதேபோக்கில் போனால், நல்ல தூய்மையான காற்றையும் நாம் விலை கொடுத்துத்தான் வாங்கவேண்டியிருக்கும். இப்போதே சில இடங்களில் ஆக்ஸிஜன் பார்லர்கள் முளைக்கத் துவங்கிவிட்டன. ஆனால், நம் பட்ஜெட்டில் காற்றை விலைக்கு வாங்க திட்டம் போட்டிருக்கிறோமா? இல்லைதானே?

யோசிப்போம்!

உண்மையைச் சொல்லவேண்டுமென்றால் நம் எல்லோருக்கும் என்ன ஆசை தெரியுமா?

- நம் சேமிப்பும் முதலீடும் பாதுகாப்பாக இருக்கவேண்டும்;
- அதேசமயம், பண வீக்கத்தைத் தாண்டிய வருவாயும் அதன் மீது இருக்க வேண்டும்.
- அதன் மீது வருமான வரி இல்லையே உத்தமம்!

இது சாத்தியமா?

கொஞ்சம் ஹோம்வொர்க் செய்தாலே போதும்; நியாயமான முறையில், வரிச் சலுகைகளுடன், பணவீக்கத்தைத் தாண்டிய வருவாய் தரக்கூடிய முதலீடுகள் உள்ளன என்பது தெளிவாகும்.

அப்படிப்பட்ட முதலீடுகளை நோக்கி முதலீட்டாளர்களைக் கைப்பிடித்து அழைத்துச் செல்வதுதான் இந்தப் புத்தகத்தின் நோக்கம்.

என்றென்றும் எனக்குத் தனி இடமளித்து என் எழுத்தை ஊக்குவித்து வரும் விகடன் நிர்வாகத்துக்கும், அதன் ஆசிரியர் அன்புக்குரிய கண்ணன் அவர்களுக்கும், ஒவ்வொரு வாரமும் பிஸி ஷெட்யூலுக்கு நடுவே என்னை நிழல்போல தொடர்ந்து ‘வேலை’ வாங்கிய சார்லஸுக்கும், என் மனமார்ந்த நன்றிகள்.

- **வ.நாகப்பன்**

சென்னை - 18
mailnags@gmail.com

வ.நாகப்பன்

முதுகலை நிர்வாகவியல் பட்டதாரி. தமிழகத்தின் முன்னணிப் பங்குத் தரகர்களில் ஒருவர். மத்திய அரசின் பொதுத்துறை காப்பீடு நிறுவனங்களுக்கு பங்குகளை வாங்கி விற்கும் குழுவில் இடம்பெற்றிருப்பவர். கமாடிட்டீஸ், பங்குப் பரிவர்த்தனை, காப்பீடு, மியூச்சுவல் ஃபண்டு, வரி மற்றும் வணிகரீதியான கருத்துகளை, பல்வேறு இதழ்களில் தொடர்ந்து எழுதி வருபவர். ஐ.ஐ.எம்., ஐ.ஐ.டி உள்ளிட்ட பல முன்னணிக் கல்லூரிகளிலும் விரிவுரை ஆற்றி வருகிறார். சென்னை பல்கலைக் கழகத்தின் வணிகவியல் மற்றும் பொருளாதாரவியல் துறைகளின் முதுகலைப் படிப்பிற்கான பாடத் திட்டக்குழு உறுப்பினரும்கூட. பல்வேறு பொதுத்துறை நிறுவனங்களில் இயக்குனராகவும் இருந்து வருகிறார். பங்குச் சந்தையின் அசாதாரண ஏற்ற இறக்கத்தின் போதெல்லாம், தமிழ்த் தொலைக்காட்சிகளில் இவரது பேட்டி இடம்பெறும். மனிதவள மேம்பாடு மற்றும் பொதுநல சேவை துறைகளில் மிகுந்த ஈடுபாடு கொண்டவர்.

இந்த நூல்...

பள்ளி வயதிலேயே, தொழில் திறம்பட நடத்தத் தேவையான குறிப்பு, பேரேடு, ஐந்தொகை போடக் கற்றுக்கொடுத்ததோடு, சேமிப்பு மற்றும் முதலீட்டின் முக்கியத்துவத்தைச் சொல்லிக்கொடுத்த, பெருமதிப்புக்குரிய அன்புத் தந்தை அமரர் **உயர்திரு நாக. மெ.சுப. வள்ளியப்ப செட்டியார்** அவர்களுக்கு...

1

பணம், நம் எல்லோருக்கும் இனிக்கும். ஆனால், அதைப் பற்றி தெரிந்து கொள்வது?

இந்தக் கரும்பலகையைப் பாருங்கள். ஏதாவது புரிகிறதா? நம்மில் பலருக்கு, பணம் சம்பாதிப்பதும் சேமிப்பதும் முதலீடு செய்வதும் இதைப்போலத்தான். வாழ்க்கையின் கடைசி வரை இதன் சூத்திரமும் சூட்சுமமும் புரிவதே இல்லை.

பெரும் பணக்காரர்களை விடுங்கள். நம்மைப்போலவே நடுத்தரப் பின்னணியில் பிறந்து, நம்மைப்போலவே படித்து வளர்ந்தவர்களில் சிலர் மட்டும், நம்மைவிட அதிக வசதியோடு வாழ்வதையும்

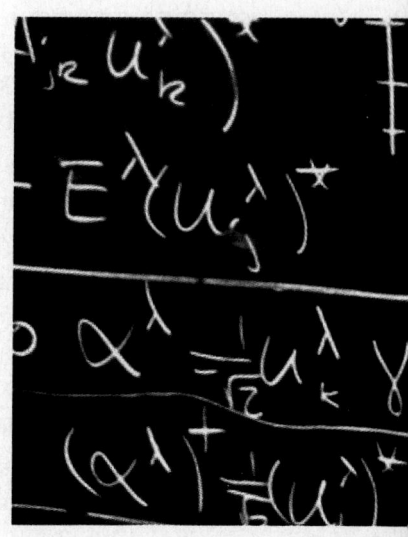

பணக்காரர் ஆவதையும் பார்க்கிறோம். நாம் மட்டும் எங்கு தவறவிடுகிறோம்?

சொன்னால் நம்பமாட்டீர்கள். பணம் சம்பாதிப்பதும் பணத்தைக் கையாள்வதும் அவ்வளவு சிக்கலானது அல்ல!

'லாட்டரியில் கோடி ரூபாய் விழவேண்டும்' என, ஒருவர் தினசரி பிரார்த்தனை செய்தார். விழவே இல்லை. வெறுத்துப்போய் ஒருநாள் கடவுளிடம் சண்டைக்குப் போனார். பிரசன்னமான கடவுள், 'பரிசு வேணும்னா, மொதல்ல ஒரு லாட்டரிச் சீட்டு வாங்குடா முட்டாள். சீட்டே வாங்காமல் பரிசு எப்படி விழும்?' எனக் கேட்டார். இப்படித்தான் பணத்தைக் கையாளும் முறைகளைக் கற்றுக்கொள்ளும் முயற்சியே இல்லாமல், பலனை மட்டும் எதிர்பார்த்துக் காத்திருக்கிறோம். ஏன் இப்படி?

மனத்தடைதான்!

பணம் என்றால், ஏதோ குஜராத்திகள் போன்ற குறிப்பிட்ட சில சமூகத்தினருக்கோ அல்லது ஆடிட்டருக்கோ மட்டுமே புரியக்கூடிய விஷயம் எனும் தவறான புரிதல் இது.

நம்மைப் பொறுத்தவரை, 8 மணி நேரமோ 10 மணி நேரமோ உண்மையாக வேலைபார்த்து பணம் சம்பாதிப்பது மட்டுமே நம் வேலை. சொல்லப்போனால் இன்றைய சூழலில் அதுவே பெரிய சாதனை. இதில் பணத்தைச் சேமிப்பது, முதலீடு செய்வது என, பணத்தைக் கையாளும் கலைகளை வேறு கற்றுக்கொள்ள எங்கே சார் நேரம் இருக்கிறது என அலுத்துக்கொள்பவரா நீங்கள்? நமக்கு இருக்கும் அதே 24 மணி நேரம்தான் வாழ்க்கையில் வெற்றி பெற்றவர்களுக்கும்!

வாழ்க்கையில் நம் முன்னுரிமை எது என்பதில் தெளிவு இருந்தால், தானாகவே அதற்கு நேரம் கிடைக்கும்.

கொஞ்சம் 'ஸ்டார்ட்டிங் ட்ரபிள்' அல்லது 'டீத்திங் ட்ரபிள்' இருக்கலாம். ஜிம்/வாக்கிங் செல்லத் தொடங்கும் முதல் சில நாட்கள் கை, கால் வலிக்கத்தான் செய்யும். சில நாட்களுக்குப் பின்னர் வாக்கிங் செல்லாவிட்டால் தூக்கம் வராது. அந்த அளவுக்கு ஒரு நல்ல பழக்கம் நமக்குப் பழகிவிடும். பண நிர்வாகமும் அப்படித்தான்.

அடிப்படையில் முதலில் மனம் மறுதலிப்பது நிற்க வேண்டும். 'முடியும்' என நம்ப வேண்டும். 'இல்லை சார், உங்களுக்கு அது

சுலபம். நீங்க என்னதான் சொன்னாலும் சாமானியனுக்கு அது கொஞ்சம் டஃப்பான விஷயம்தான்' என்பவரா நீங்கள்?

இந்தக் கேள்விகள் உங்களுக்குத்தான்!

1. $(a + b)^2 = a^2 + b^2 + 2ac$ - இது எப்படி என விளக்க முடியுமா?

2. $E=Mc^2$ என்பதை விளக்க முடியுமா? அல்லது (Ohm's Law) ஓம்ஸ் விதி என்றால் என்ன?

3. Periplaneta Americana என்றால் என்ன?

விடை:

'இதெல்லாம் ஒரு கேள்வியா சார்?' என டான்... டான் எனப் பதில் சொல்பவர்களுக்கு பணத்தைக் கையாளக் கற்றுக்கொள்வதில் சிரமம் இருக்கப்போவது இல்லை.

'இதெல்லாம் எங்கேயோ படித்த மாதிரி இருக்கே சார்' என நினைக்கும் மற்றவர்களுக்கும், 'வாய் வரைக்கும் விடை வந்திருச்சு. ஆனா, நிக்குது' என்பவர்களுக்கும் இதெல்லாம் ஒன்றும் ஐ.ஐ.டி கேள்விகள் அல்ல.

கணிதம், இயற்பியல், தாவரவியல் என வகைக்கு ஒன்றாகக் கேட்கப்பட்டிருக்கும் இந்தக் கேள்விகள், நாம் பள்ளிப்பருவத்தில் படித்தவைதான். இவற்றில் பலவற்றுக்கு இன்று நம்மில் பெரும்பாலானோருக்குப் பதில் தெரியாது அல்லது மறந்தேபோயிருப்போம். இப்போது மறுபடியும் பதிலைத் தேடி புத்தகத்தைப் படிக்க முயன்றால், மனம் மறுக்கும். இதுதான் மனத்தடை. இதை வெல்லவேண்டியதுதான் நம் முதல் படிகட்டு.

வாழ்க்கையில் இன்று எந்தவிதத்திலும் பயன்படாத இதுபோன்ற கடினமான விஷயங்களைக்கூட பள்ளிக்காலத்தில் கட்டாயத்தின் பேரில் கற்றுக்கொண்டிருக்கிறோம் அல்லவா?

1. கடினமானவை - அந்தக் காலகட்டத்தில்

2. பயன்படாதவை - என்றும்

ஆனால், பணம் இப்படிப்பட்டது அல்ல. புரிந்துகொள்வதற்கும் கையாள்வதற்கும், மேலே சொன்ன அனைத்தையும்விட சுலபமானது. நம் ஒவ்வொருவருக்கும் எங்கேயும் எப்போதும் பயன்படக்கூடியது. அதைக் கற்றுக்கொள்வதில் நமக்கு என்ன தயக்கம்?

2

"**கை** நெறைய சம்பாதிக்கிறேன்; தேவையான அளவு வசதிகள்; நல்லா செலவு செய்றேன். செலவு போக கையில் கணிசமா மிஞ்சுது. வொயிஃப் சம்பாத்தியம் வேற எக்ஸ்ட்ராவா... அப்புறம் என்ன கவலை? ஜாலியா லைஃபை என்ஜாய் பண்றதை விட்டுட்டு, இந்தக் காலத்துல போயி சேமிப்பு, முதலீடு, திட்டமிடறதுனு எதுக்கு சார் டயத்தை வேஸ்ட் பண்ணிக்கிட்டு?" - இது இன்று.

"மரத்தைவெச்சவன் தண்ணி ஊத்த மாட்டானா?" - இது என்றும்.

பலர் அடிக்கடி முன்வைக்கும் வாதங்கள்

இவை. அப்படி ஒரு கூட்டத்தில் எல்லோரும் இப்படிச் சொன்னபோது நான் ஒரே ஒரு கேள்வியைத்தான் திருப்பிக் கேட்டேன். "அதெல்லாம் சரி, எப்போது ரிட்டயர்டாக விரும்புகிறீர்கள்?"

ஆளுக்கொரு பதில் சொன்னார்கள். ஆண், பெண், வேலைக்குச் செல்வோர், தொழில்முனைவோர் என ஒவ்வொருவரிடமும் ஒவ்வொரு தினுசான பதில்கள்.

'அரசே சொல்வதால் 60 வயதில்.' (சுயபுத்தி இல்லை?)

'65-ல்' (மத்தவங்களைவிட கொஞ்சம் கூடவாம். அது என்ன கணக்கோ?)

"எதுக்கு சார் ரிட்டயர்டாகணும்? உடம்புல சக்தி இருக்குற வரைக்கும் உழைக்கணும் சார்!" (சூப்பர், உங்களுக்கு சிலைதான் வைக்கணும்!)

"கடைசி காலம் வரைக்கும், சோத்துக்கு அடுத்தவனை நம்பி இருக்கக் கூடாது சார். அது பெத்த பிள்ளையா இருந்தாலும் சரி!"

இவர்களில் பலர் ரிட்டயர்டாவது என்பதைச் சரியாகப் புரிந்துகொள்ளவில்லை. ரிட்டயர்டாவது என்பது ஓய்வுபெறுவது அல்ல. ரிட்டயர்டான பின்னரும் ஏதாவது வேலை பார்க்கலாம்; பார்க்காமலும் இருக்கலாம். அது வேறு. எப்படி?

மொத்தக் கூட்டத்திலும், ஒரே ஒரு கல்லூரி மாணவி மட்டும் தயக்கமாகச் சொன்னார்... "என்னைவிட்டா இப்பவே ரிட்டயர்டு ஆகிடுவேன் சார்" என்று! "ஏன்?" எனக் கேட்டேன்.

"அப்போதான் சார் நமக்குப் பிடிச்சதைச் செய்யலாம்."

"அப்போ பணத்துக்கு?"

"அதுக்குத்தான் சார் இப்ப காலேஜ்ல படிக்கிறேன். முடிச்சுட்டு வேலைக்குப் போவேன். சீக்கிரமாவே நிறைய சம்பாதிப்பேன். ஓரளவு கையில காசு சேர்ந்ததும், வேலையை விட்டுருவேன்" என்றார் கண்கள் மின்ன.

"அப்புறம் என்னம்மா பண்ணுவே?"

"பயணிப்பேன். உலகம் முழுக்கப் பார்க்கணும். பல இடங்களுக்குப் போகணும். காடு, மலை, மிருகங்கள், தீவுகள்னு அலுக்குற வரைக்கும் எல்லாத்தையும் பார்த்துடணும் சார். அப்புறம் அடிப்படை வசதிகள்கூட இல்லாத குக்கிராமங்களில் தங்கி முடிந்தவரை சேவை செய்யணும்னு ஆசை" என்றவர்,

தொடர்ந்தார். "கடைசிக்காலத்துல ரிட்டயர்டான பின்னால இதெல்லாம் பார்க்கணும்னா, கையில பணம் இருந்தாலும், உடம்புல பலம் இருக்காது சார். மூட்டுவலி, பிரஷர், சுகர்னு ஏதாவது படுத்தும். அதுக்கு முன்னாடி எல்லாத்தையும் செய்யணும்னா, சீக்கிரமா வேலையை விட்டுறணும். அதுக்கும் முன்னாடி எக்கச்சக்கமா சம்பாதிச்சு சேமிச்சு வெச்சுரணும். அப்பதான் வாழ்க்கையை நம்ம நினைச்சபடி நல்லா என்ஜாய் பண்ணலாம்."

தெளிவான தீர்க்கம்!

சுருக்கமாகச் சொல்ல வேண்டும் எனில், நாம் நியாயமாக நினைத்ததைச் செய்யும் பூரண சுதந்திரம் என்றைக்கு நமக்குக் கிடைக்கிறதோ, அன்றே நாம் ரிட்டயர்மென்டுக்குத் தயார். அதை அடைய முதலில் நமக்குத் தேவை நிதிச் சுதந்திரம்!

24 x 7 என 365 நாட்களும் கடுமையாக உழைத்துக் கொண்டே இருக்கவேண்டும் என்பது வாழ்வின் அடிப்படை

"கடன் வாங்கி வீட்டு மனை வாங்குவது சரியா?"

கடன் வாங்கி வீடு வாங்கலாம்; அப்பார்ட்மென்ட்கூட வாங்கலாம்; மனை வாங்க கொஞ்சம் யோசிப்பது நல்லது. ஏன்?

வீடு அல்லது அப்பார்ட்மென்ட் வாங்குகையில், ஒன்று, அதில் நாம் தங்கலாம் – வீட்டு வாடகை மிச்சம். அல்லது, அடுத்தவருக்கு வாடகைக்கு விடலாம் – வருமானம் வரும். எப்படிப் பார்த்தாலும் பணம் மிச்சம் அல்லது வருமானம்.

அதுமட்டுமல்ல, சொத்து மதிப்பு அதிகரித்து, நீண்டகால அடிப்படையில் மூலதன ஆதாயமும் வர வாய்ப்புண்டு அல்லவா?

மேலும், சில நிபந்தனைகளுக்கு உட்பட்டு, வருமானவரிச் சலுகைகளும் அள்ளி வழங்கப்படுகின்றன. மாதா மாதம் நாம் கட்டும் ஈ.எம்.ஐ தவணையில், முதல் பணத்தை திருப்பிக் கட்டும் கணக்கில் ஆண்டுக்கு 1.50 லட்சம் ரூபாய் வரை வரிச்சலுகை பெற முடியும். அதில் கட்டும் வட்டி முழுவதையுமே வரிவிலக்காகப் பெற முடியும்... வீட்டை வாடகைக்குவிட்டிருக்கும் பட்சத்தில். ஒருவேளை நாமே அதில் குடியிருந்தாலும், திருப்பிக் கட்டும் வட்டி மீது வருமான வரிச்சலுகை உண்டு... 2 லட்சம் ரூபாய் வரையில்.

இடம் வாங்கி அதீத லாபம் பார்த்த காலம் எல்லாம் மலையேறிவிட்டது. இப்போதைய காலகட்டத்தில், மனை வாங்குவது பொதுவாக லாபகரமாக அல்ல. வாழ்க்கையை வாழவேண்டும்; கொண்டாட வேண்டும். சந்தோஷமாகக் கழிக்க வேண்டும் என்பதுதானே அடிப்படை நோக்கமாக இருக்கமுடியும்?

அந்த இலக்கை அடைய, நம் படிப்பும் வேலையும் உழைப்பும் ஒரு கருவி, அவ்வளவே. ஆனால், நாம் கருவியையே பிடித்துக்கொண்டு, உண்மையாக வாழ மறுக்கும் அளவுக்கு பதப்படுத்தப்பட்டுவிட்டோம். நாம் மனதளவில், சிந்தனை அளவில் கொத்தடிமையாக இருக்கிறோம்.

பலருக்கு வாழ்க்கையை என்ஜாய் பண்ணுவது என்றாலே, பாவம் செய்வதைப்போன்ற ஒரு குற்ற உணர்ச்சி வந்துவிடுகிறது. திருட்டுத்தனமாகச் செய்வார்கள். ஹாலிடே ட்ரிப் போகும்போதுகூட வேலையைக் கட்டிக்கொண்டு இம்சிப்பார்கள் - தன்னை

அமைவது குறைவு. இப்போது இடம் என்பது ஒரு லயபிலிட்டி-யாக மாறி வருகிறது. சில ஆண்டுகளாகவே சந்தை டல்லானதால், மனைகளை விற்க முடிவதில்லை.

வீடாகவோ, அப்பார்ட்மென்ட்டாகவோ இருந்தால் இந்தக் காலகட்டத்தில் மாதா மாதம் வாடகையாவது வரும். மனையில் அந்தச் சாத்தியம் மிகக் குறைவு.

நாம் குடியிருக்கவும் பயன் தராது... வீடு கட்டும்வரை.

வீட்டுக் கடனைவிட, நிலம் வாங்க வெகு சில வங்கிகளே கடன் கொடுக்கின்றன. அதேசமயம், அதன் மீதான வட்டி விகிதமும் வீட்டுக் கடனைவிட சற்றே அதிகம்.

திருப்பிக் கட்டும் பணத்தின் மீது வருமானவரிச் சலுகைகளும் கிடையாது; நீண்டகால ஆதாயத்தின் மீதும் வரிச்சலுகைகளும் ஏதும் பெரிதாகக் கிடையாது... விவசாய நிலமாக இருந்தாலொழிய.

இடம் கண்பார்வையில் இல்லையென்றால் சட்டத்துக்குப் புறம்பான நில ஆக்கிரமிப்புகள் நடக்கும் ஆபத்தையும் பார்க்கிறோம்.

வருமானமும் இல்லை; வரிச்சலுகையும் இல்லை. கடன் மீதான வட்டியும் அதிகம். பின்னர் அதிக விலைக்கு விற்பதன்மூலம் மட்டுமே லாபம் பார்க்க முடியும் எனும் சொத்தை, கடனில் வாங்குவது சரியான முடிவாக இருக்காது. விதிவிலக்குகள் இருக்கலாம்; எனினும், மேலே சொன்னவற்றை எடைபோட்டுப் பார்த்து பின் முடிவெடுப்பது நல்லது.

மட்டுமல்ல, குடும்பத்தையும் சேர்த்து. அந்த அளவுக்கு வேலை, வேலை, வேலை!

"கடவுளே, போற இடத்துல வைஃபை-யோ, இன்டெர்நெட்டோ, இல்லை டவர் சிக்னலோ இருக்கக் கூடாது" எனக் குடும்பம் மொத்தமும் வேண்டிக்கொள்ளும்.

'வாழ்க்கையை என்ஜாய் பண்ண பணம் தேவை. பணம் சம்பாதிக்கணும்னா, அதுக்கு வேலை தேவை. நல்ல வேலை கிடைக்கணும்னா, அதுக்கு நல்ல படிப்பு தேவை. படிப்புக்கு நிறையப் பணம் தேவை!' - என்ன ஒரு சுழற்சியான சிஸ்டம் இது? சமீபத்தில் வாட்ஸ்அப்பில் படித்தது.

மொத்தத்தில், வாழ்க்கையை வாழ்வதற்கு நிறையப் பணம் இருந்தால் வசதி. அதைத் துரிதமாகத் திட்டமிட்டுச் சேமித்தால்,

விரைவில் ரிட்டயர்டாகலாம். மனம் நினைத்ததைச் செய்யலாம்... சுதந்திரமாக.

ஏன் முறையாகத் திட்டமிட்டுச் சேமிக்க வேண்டும், அதுவும் விரைவாக - என்பதற்கு, அது மட்டும் காரணமல்ல. பல ஆய்வுகள் சொல்லக்கூடிய இன்னும் சில விஷயங்களையும் நாம் இங்கு கவனிக்க வேண்டும். படித்தால் கொஞ்சம் பயம் ஏற்படத்தான் செய்யும். அவை...

முதலாவதாக, நிச்சயமற்ற எதிர்காலம். அந்தக் காலம்போல இப்போது எல்லாம் ஜாப் செக்யூரிட்டி கிடையாது. 'ஹையர் அண்ட் ஃபயர்' பாலிசி என்பது சாதாரணமாகிவிட்டது. 22 அல்லது 23 வயதில் ஒரு வேலையில் சேர்ந்தோம், அதே கம்பெனியிலேயே சுமார் 35 ஆண்டுகள் உழைப்புக்குப் பின்னர், 58 அல்லது 60 வயதில் ரிட்டயர்டானோம் என்ற பேச்சு எல்லாம் இப்போது கிடையாது. கம்பெனியும் அப்படி வைத்துக்கொள்வது இல்லை. நாமும் ஒரே கம்பெனியில் தொடர்ந்து இருப்பது இல்லை. சின்ன இன்க்ரிமெண்ட்டோ, புரொமோஷனோ கிடைத்தால்கூட, அடுத்த கம்பெனிக்குத் தாவிவிடும் மூடில்தானே இருக்கிறோம்?

இப்படிப்பட்ட நிச்சயமற்றச் சூழலுக்கு ஏற்ப நம்மைத் தயார் செய்துகொள்கிறோமா என்றால், பெரும்பாலும் இல்லை என்பதுதான் நிதர்சனமான உண்மை. கையில் அதிகம் காசு புழங்கும்போது, செலவும் அதிகமாகச் செய்வோம். ஊதாரித்தனத்தை எல்லாம் நியாயப்படுத்துவோம். கையைக் கடிக்கும்போது லேட்டாக விழித்துக்கொண்டு என்ன பயன்?

அடுத்ததாக, லாங்கிவிட்டி. முன்பெல்லாம் சஷ்டியப்தபூர்த்தி செய்துகொள்வது என்பதே ஒரு சாதனை... 60 வயது ஆரோக்கியமாக வாழ்ந்திருக்கிறோம் என. இப்போது சதாபிஷேகம் செய்து கொள்வோர் எண்ணிக்கையே பல மடங்காக அதிகரித்திருக்கிறது. காரணம்? மருத்துவ முன்னேற்றம்.

இன்றைய மருத்துவ வசதிகளால் நம் ஆயுட்காலம் வெகுவாக நீட்டிக்கப்பட்டிருக்கிறது... சிலருக்கு 'ஏன்டா வாழ்கிறோம்?' என என்னும் அளவுக்கு. இதில் கவலை ஏன்? எல்லோருக்கும் பல்லாண்டு காலம் வாழவேண்டும் என்பது ஆசையானாலும், அதற்கான பண வசதி ஒரு கேள்விக்குறியாக அமைவதுதான் சிக்கல்.

30 வருடம் உழைப்பு, சம்பாத்தியம். பின்னர் இன்னுமொரு 30 வருடம் ஓய்வு. ஆனால் செலவு மட்டும், சம்பாத்தியம் இல்லாமல். இதுதான் பிரச்னை.

மூன்றாவதாக, தொடர்ந்து அதிகரித்துவரும் மருத்துவச் செலவுகள்: அமெரிக்காவில் 2000-ம் ஆண்டு தொடங்கி சுமார் 10 ஆண்டுகளில் மருத்துவச் செலவு ஏறத்தாழ இரு மடங்காக அதிகரித்திருப்பதாகச் சொல்கிறது 'ஃபோர்ப்ஸ்' பத்திரிகை. அங்கே மட்டுமா? இந்தியாவை எடுத்துக்கொண்டால், ஆண்டுக்கு சராசரியாக ஐந்து சதவிகிதத்துக்கு மேல் மருத்துவச் செலவுகள் அதிகரித்திருப்பதாகச் சொல்கிறது நேஷனல் சாம்பிள் சர்வே. பணவீக்கத்தைக் கணக்கில் எடுத்துக்கொள்ளாத ஏற்றம் இது.

ரிட்டயர்டான பின்னர் பெரும்பாலும் மருத்துவக் காப்பீடும் இருப்பது இல்லை என்பதால் இன்னும் அதிகச் சிக்கல். சேமிப்பில் இருந்து கைக்காசு செலவு... சம்பாத்தியமே இல்லாத காலகட்டத்தில்!

கடைசியாக இன்றைய குடும்பச் சூழல். பிள்ளைகளை, 'படி, படி' எனச் சொல்லி ஒரு இன்ஜினீயரிங் கல்லூரிக்கு அனுப்பி, கேம்பஸில் பிளேஸ்மென்ட் வாங்கி, அமெரிக்காவுக்கு அனுப்பி நம்மைவிட்டு வெகு தொலைவில் செட்டிலாகிறார்கள்.

இதனால் பணம், உடல் உழைப்பு என அந்தக் காலத்து கூட்டுக் குடும்பமுறையில் இருந்த சப்போர்ட் இப்போது மிகவும் குறைவு. கணவனும் மனைவியும் ஒன்றாக இருந்தாலே அது கூட்டுக் குடும்பம் எனும் அளவுக்கு ஆகிவிட்டது. ஆத்திரம், அவசரத்துக்கு யாரிடமும் கையேந்த முடியாது. நாம்தான் திட்டமிட வேண்டும்!

ஆக மொத்தத்தில், நிச்சயமற்ற எதிர்காலம், ஓய்வுக்குப் பின் சம்பாத்தியம் இல்லாமல் அதிக காலம் வாழ்வதால் ஏற்படும் செலவுகள், தொடர்ந்து அதிகரித்துவரும் மருத்துவச் செலவுகளைச் சந்திப்பது, இவை எல்லாவற்றுக்கும் யாரையும் நம்பி இல்லாமல் சுய கௌரவத்துடன் வாழ்வது... என எல்லா வற்றுக்கும், முறையான திட்டமிடல், சேமிப்பு மற்றும் முதலீடு ஆகியவை இன்றியமையாதது.

எவ்வளவு சேமிப்பது, எப்படித் திட்டமிடுவது? எங்கு முதலீடு செய்வது? பார்க்கலாம்.

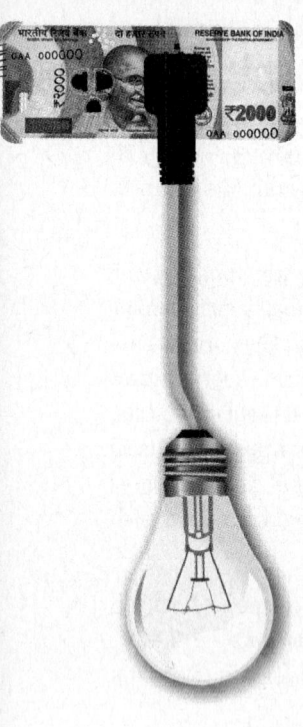

'Money does not make happiness; but the lack of it, can cause a good deal of misery.'

- Blanche Ebbutt, Book
- Don'ts for Husbands

சுமார் 100 ஆண்டுகளுக்கு முன்னர் எழுதப்பட்ட புத்தகத்தில் சொல்லப் பட்டிருக்கும் வாசகத்தின் சாராம்சம் இது... 'பணம் சந்தோஷத்தைத் தராமல் இருக்கலாம். ஆனால், அது இல்லை எனில் பெரும் துயரம்!'

'நான் மாதம் 40 – 50 ஆயிரம் சம்பாதிக்கிறேன். ஓய்வு காலத்தில் இதே வசதிகளுடன் வாழ, நான் எவ்வளவு சேமிக்க வேண்டும்?'

இதுதானே பலரின் கேள்வி? எளிமையாகச் சொல்கிறேன் எனப் பொத்தம்பொதுவாகச் சொல்லாமல், அதே சமயத்தில் உங்களை அதிகம் பயமுறுத்தாமல் சொல்ல வேண்டும் என்றால், உடனடித் தேவை மேலும் தகவல்கள்... உங்களைப் பற்றியது. ஒரு பேப்பர் பேனாவோ இல்லை கம்ப்யூட்டரில் ஒரு எக்ஸெல் ஷீட்டோ எடுத்துக் கொள்ளுங்கள். பின்வரும் கேள்விகளைக் கேளுங்கள்...

1. உங்கள் வயது மற்றும் குடும்ப உறுப்பினர்களின் எண்ணிக்கையும் வயதும்?
2. ஓய்வுபெற இன்னும் எவ்வளவு ஆண்டுகள் இருக்கின்றன?
3. தற்போதைய மாத / ஆண்டு வருமானம் மற்றும் மாத / ஆண்டு செலவு?
4. வாடகை வருவாய்?
5. வட்டி வருவாய்?
6. இதர வருவாய்?
7. குழந்தைகளின் படிப்புச் செலவுகள்?
8. பெற்றோர் / தனது மருத்துவச் செலவுகள்?
9. மாதச் சேமிப்பு எவ்வளவு?
10. ஆயுள்காப்பீடு எவ்வளவு?
11. மருத்துவக் காப்பீடு எவ்வளவு?
12. வீட்டுக் கடன் எவ்வளவு?
13. வாகனக் கடன்?
14. இதரக் கடன்கள்?
15. இந்தக் கடன்கள் மீதான வட்டி எவ்வளவு?
16. உங்கள் பெயரில் இருக்கும் சொத்துக்கள் எவை... அவற்றின் இன்றைய சந்தை மதிப்பு?
17. ஃபிக்ஸட் டெபாசிட்?
18. தங்கம், வெள்ளி?
19. இதர முதலீடுகள் மற்றும் வருவாய்?
20. வருமான வரி, சொத்து வரி, தண்ணீர் வரி, மின் கட்டணம் போன்றவை?

முதலில் உங்கள் நிகர சொத்து மதிப்பு என்ன என்பதைக் கணக்கிடுவோம். மொத்த சொத்து மதிப்பு மைனஸ் மொத்த கடன்கள் = நிகர சொத்து மதிப்பு:

எண்	சொத்து விவரம்	சந்தை மதிப்பு	மொத்தம் தொகை
1	வீடு / அப்பார்ட்மெண்ட்		
2	மனை		
3	ஃபிக்ஸட் டெபாசிட்		
4	தங்கம், வெள்ளி		
5	இதர முதலீடுகள்		
	A	மொத்த சொத்து மதிப்பு	
1	வீட்டுக் கடன்		
2	வாகனக் கடன்		
3	இதர கடன்கள்		
	B	மொத்த கடன்கள்:	
	A - B =	**நிகர சொத்து மதிப்பு**	

இவை முழுமையானவை அல்ல; ஆளுக்கு ஆள் மாறுபடும். இன்னும் சில கேள்விகள், இதுபோல. இவற்றை வைத்து ஒரு புளூபிரின்ட் தயாரிக்கலாமா?

யோசிக்காமல், சின்னச்சின்னக் கணக்கு போடத் தயாராகுங்கள்.

ஒரு நிறுவனத்துக்கு எப்படி 'நெட்வொர்க்' கணக்கிடுகிறோமோ, அதேபோல நமக்கும் இந்தக் கணக்கு ஒரு தெளிவை உண்டாக்கும்.

கொஞ்சம்கூடத் தயங்காமல் விவரமாக எழுதவும். பின்னர் மொத்தமாக ஆண்டுச் செலவு எவ்வளவு என்பதையும் கணக்கிடவும்.

ஆக, இன்றைய தேதியில் நம் மொத்த மதிப்பு என்ன, கடன்கள் எவை, வருவாய் என்ன, செலவு என்ன, சேமிப்பு என்ன என இந்த

திட்டமிடுவோம்... வளம் கொழிக்க!

வட்டிவிகிதம் செய்யும் மாயம்!

கோடீஸ்வரராக

ஆண்டுக்கு எவ்வளவு சதவிகித வருவாயில், எத்தனை ஆண்டுகளில்...

ஒருவர் மாதம் 10,000 ரூபாய் சேமித்தால்...

ஆண்டு	8%	12%	16%
1	1,25,200	1,27,800	1,30,400
2	2,60,416	2,70,936	2,81,664
3	4,06,450	4,31,248	4,57,130
4	5,64,166	6,10,798	6,60,672
5	7,34,498	8,11,894	8.96,778
6	18,13,718	22,42,728	27,80,320
7	33,99,444	47,64,348	67,36,400
8	57,29,398	92,08,302	1,50,45,51
9	1,09,36,316	2,16,45,998	4,40,10,31

8% ஆண்டு வருவாய்: வங்கி வைப்பு நிதி – பாதுகாப்பானது; ரூ. 1 லட்சம் வரை டெபாசிட் கிரெடிட் கியாரண்டி கார்ப்பரேஷனின் பாதுகாப்பு உண்டு.

12% ஆண்டு வருவாய்: நல்ல பேலன்ஸ்டு மியூச்சுவல் ஃபண்ட் – மீடியம் ரிஸ்க்கானது; வருவாய்/ஆதாயம் உத்தரவாதம் இல்லை.

16% ஆண்டு வருவாய்: பங்குச்சந்தை (குறியீடுகள் சார்ந்த முதலீடு) – அதிக ரிஸ்க், அதிக வருவாய்க்கான வாய்ப்பு.

மேலே உள்ள டேபிளில், இரண்டு விஷயங்கள் தெளிவாகும்:

1. வருவாய் சதவிகிதத்தில் ஏற்படும் சிறு மாறுதல்களே / அதிகரிப்பே பெரும் வருவாயைக் குவிக்கின்றன - அதிவிரைவில்.
2. முதலீட்டை எவ்வளவுக்கு எவ்வளவு விரைவாகத் தொடங்குகிறோமோ, நம் இலக்கை நோக்கிய பயணமும் விரைவாக அமையும்.

ஐந்து விஷயங்களும் விரல் நுனியில். முறையாகத் திட்டமிட இந்தத் தகவல் பலகை மிக அவசியம், அடிப்படை.

ஒய்வுக் காலத்துக்குத் தேவையான சேமிப்பை எப்படிக் கணக்கிடுவது என்பதுதானே நம் அடுத்த யோசனை... செய்வோமா?

1. முதலில், நாம் ஓய்வுபெறும் காலத்தில் நமக்கு வேண்டிய ஆண்டுச் செலவுத் தொகை மொத்தம் எவ்வளவு என்பதைக் கணக்கிடவும்.
2. வயதான காலத்தில் மருத்துவச் செலவுகள் கூடலாம்; அதே சமயம், பெரும்பாலும் கல்விச் செலவு, கல்விக் கடன், வீட்டுக் கடன் ஆகியவை இருக்காது.
3. இதில், ஆண்டுக்கு சுமார் 5 சதவிகிதம் பணவீக்கத்தையும் கணக்கில் சராசரியாக எடுத்துக்கொள்வது நல்லது.
4. இந்தத் தொகையை மாதாமாதம் ஈட்டத் தேவையான முதலீட்டுப் பணம் எவ்வளவு எனக் கணக்கிடலாம்.
5. அதே சமயத்தில், எதிர்காலத்தில் வட்டி விகிதங்கள் குறைவதற்கான வாய்ப்பையும் கணக்கில் கொள்ளவேண்டும்.
6. இதுதான் நாம் சேர்க்கவேண்டிய தொகை. இந்தத் தொகை பணமாகவோ, நிகர சொத்தாகவோ இன்றே நம் கையில் இருந்தால், நாம் சுதந்திரப் பறவைதான்!

இதையே கொஞ்சம் விரிவாகப் பார்க்கலாமா?

இப்போது ஆண்டுக்கு ஆறு லட்சம் ரூபாய் செலவு செய்வதாக வைத்துக்கொண்டால், அதன் மீது ஆண்டுக்கு 5 சதவிகிதம் பண வீக்கத்தையும் கணக்கிட்டு ஓய்வுபெறும் காலத்தில் இதே வாழ்க்கைத் தரத்தை மெயின்டெயின் செய்ய எவ்வளவு தொகை தேவை என்பதைக் கணக்கிடலாம்.

உதாரணமாக, அடுத்த ஆண்டு ஓய்வு பெறுபவருக்கு, 6,30,000 ரூபாய் தேவைப்படும். சரி... ஒரு வருடம் என்பதால் சுலபமாகக் கணக்கிடுகிறோம். அதே இன்னும் 15 ஆண்டுகள் என்றால்? இருக்கவே இருக்கிறது இன்டர்நெட். ஆன்லைனில் இதற்கான டூல்ஸ் நிறையக் கொட்டிக்கிடக்கின்றன. கணக்கிடுவது சுலபம்.

அதேபோல, எதிர்காலத்தில் நம் பணத் தேவையைக் கணக்கிடும்போது, பணவீக்கத்தையும் கணக்கில் எடுத்துக் கொள்ளாவிட்டால், எதிர்பாராத பணப் பற்றாக்குறையைச்

அடுத்ததாக, வரவு செலவு கணக்கைப் பட்டியலிடுங்கள்:

எண்	செலவு வகை	தொகை – மாதாமாதம்	அரையாண்டுக்கு ஒருமுறை	ஆண்டுக்கு ஒருமுறை
1	பால், மளிகை பொருட்கள், கியாஸ், காய்கறி போன்றவை			
2	தொலைபேசிக் கட்டணம், மின்சாரம், போக்குவரத்து போன்றவை			
3	வாகன/வீட்டுக் கடன் மீதான மாதாந்திரத் தவணை			
4	சொத்து வரி – அரையாண்டுக்கு ஒருமுறை			
5	தண்ணீர் வரி – அரையாண்டுக்கு ஒருமுறை			
6	வருமான வரி – ஆண்டுக்கு ஒருமுறை			
7	மருத்துவக் காப்பீடு ப்ரீமியம் – ஆண்டுக்கு ஒருமுறை			
8	ஆயுள் காப்பீட்டு ப்ரீமியம்			
9	இதர செலவுகள் – விடுமுறை...			

சந்திக்க நேரிடும். பெரும்பாலும் நடுத்தட்டு மக்கள் சிக்கலைச் சந்திப்பது இதனால்தான். இப்போதைய தேவையை மட்டுமே கணக்கில் எடுத்துக்கொண்டு, அதையே எதிர்காலத் தேவையாகக் கணக்கிடுவது தவறு.

கடந்த சில ஆண்டுகளில் 10 சதவிகிதத்துக்கு மேல் பணவீக்கம் இருந்துள்ளபோதிலும், இப்போது 5 சதவிகிதத்துக்கும் கீழே இருப்பதால், நீண்டகால சராசரியாக 5 சதவிகிதம் எடுத்துக்கொள்ளலாம். மொத்த விலைக் குறியீடு பூஜ்ஜியத்துக்கும் கீழ் என்பதை நினைவில்கொள்ளவேண்டும்.

அடுத்ததாக, இப்போது பணவீக்கத்தையும் கணக்கில் எடுத்துக்கொண்ட இந்த 6,30,000 ரூபாயை ஈட்ட, தேவையான முதலீடு எவ்வளவு எனக் கணக்கிட வேண்டும். இதில் கவனம் அதிகம் தேவை. காரணம், வட்டி விகிதங்களில் அவ்வப்போது ஏற்படும் மாறுதல்கள்.

சென்ற ஆண்டு இருந்ததைப்போல வங்கி டெபாசிட் மீது ஆண்டுக்கு 9 சதவிகிதம் வட்டி வருவாய் என்றால், 6,30,000 ரூபாயை ஈட்ட நமக்குத் தேவையான முதலீடு 70,00,000 ரூபாய்தான். ஆனால், இப்போதோ வட்டிவிகிதம் குறைந்து 8 சதவிகிதத்துக்கும் குறைவாக ஆகிவிட்டது அல்லவா? எனவே, இப்போது அதே வருவாயைப் பெறத் தேவையான முதலீடோ அதிகம்.

அதாவது, ஆண்டுக்கு 8 சதவிகிதம் வட்டி வருவாயில் அதே 6,30,000 ரூபாயை ஈட்ட வேண்டும் என்றால், அதற்குத் தேவையான முதலீடு 78,75,000 ரூபாய் அல்லது சுமார் 79 லட்சம் ரூபாய். ஒரே ஒரு சதவிகிதம் வட்டி வருவாய் குறைந்ததால், தேவையான முதலீடு எவ்வளவு லட்சங்கள் அதிகரிக்கிறது பாருங்கள். வட்டி இழப்பைச் சரிகட்ட, 9 லட்சம் ரூபாய் கூடுதலாகத் தேவைப்படுகிறது.

இந்த எதிர்பாராத அடிக்குநம்மைத் தயார் செய்துகொள்ளகிறோமா என்பதுதான் முக்கியக் கேள்வி? நடுத்தட்டு மக்கள் நடுத்தட்டு மக்களாகவே தொடர்வதற்கு இதுவும் ஒரு காரணம். முன்கூட்டியே திட்டமிடுதல் நமக்கு இங்குதான் பெரிய உதவியாக அமையும்.

4

நீங்க சொல்ற மாதிரி திட்டம்போட்டுக் கட்டுசெட்டாத்தான் குடும்பத்தை நடத்துறோம். இருந்தாலும், திடீர்னு ஏதாவது செலவு வந்துடுது. திட்டம் எல்லாம் பாழாகிடுது' எனப் புலம்புவோர் உண்டு. இப்படிப் புலம்புவது, தீர்வுக்கு வழி வகுத்ததாகச் சரித்திரம் இல்லை.

நிதி திட்டமிடலில் வரும் சிக்கல்கள் என்னென்ன?

1. எதிர்காலத்தில் பணவீக்கம் அதிகரித்தல் காரணமாக, நம் சேமிப்பின் உண்மையான மதிப்பு குறைதல்.

2. எதிர்காலத்தில் வட்டிவிகிதம் குறைதலால், நம் முதலீட்டின் மீது நாம் எதிர்பார்த்த வருவாய் வராமல்போவது.

இந்தப் பிரச்னைகளால் நம் சேமிப்புப் போதாமல், அன்றாட வாழ்க்கைக்கே நாம் எதிர்பாராமல் தாக்குண்டு நிலைகுலைந்து போகிறோம். இவை இரண்டு போக, மூன்றாவதாக முக்கியமான ஒரு சிக்கல் இருக்கிறது.

குடும்ப உறுப்பினர்களில் யாருக்காவது உடல்நலனில் பெரிய பாதிப்பு வந்தாலோ அல்லது குடும்பத்தலைவருக்கே உடல்நிலை பாதிக்கப்பட்டாலோ, ஆஸ்பத்திரி, டாக்டர் என மருத்துவச் செலவுகள் ஒருபக்கம் அழுத்த, மறுபக்கம் உடல் முடியாமை காரணமாக வேலைக்குச் செல்லாமல் வருவாயையும் இழக்க நேரிடலாம் அல்லவா?

இதைச் சமாளிக்க, நாம் முதலில் கை வைப்பது நம் சேமிப்பில்தான். இல்லையேல் தங்கம், வீடு என எதையாவது அடமானம் வைப்பது அல்லது விற்பது. இப்படிச் செய்வதால், நம் திட்டம் முழுவதும் க்ளோஸ். ஓய்வுகாலம் ஆட்டம்காணும் - கையில் காசு இல்லாமல்.

பிறகு என்ன செய்வது? குடும்பத்தில் யாருக்காவது ஏதாவது திடீரென வரலாம் என லட்சக்கணக்கில் கையில் பணம் வைத்துக் கொண்டிருக்க எல்லோராலும் முடியுமா? இல்லை அது சரியான தீர்வா?

இருக்கவே இருக்கின்றன காப்பீட்டுத் திட்டங்கள். அதில் மிக முக்கியமானவை, நம் ஒவ்வொருவருக்கும் அத்தியாவசியமானவை:

1. முதலில் நாம் உயிருடன் இருக்கையில், நம்மைக் காப்பாற்ற மருத்துவக் காப்பீடு.

2. தனிநபர் விபத்துக் காப்பீடு - விபத்தில் சிக்கி நாம் செயலற்று இருக்கும்போது.

3. டேர்ம் பாலிசி - ஒருவேளை துரதிஷ்டவசமாக நாம் இல்லாதேபோனாலும் நம் குடும்பத்தைக் காப்பாற்ற.

இந்த மூன்றையும் இம்போசிஷன் மாதிரி திரும்பத் திரும்பச் சொல்லி மனப்பாடம் செய்துகொள்ளுங்கள். இவை நம் ஒவ்வொருவருக்கும் அவ்வளவு முக்கியம்!

“நீங்க மேலே சொல்ற மூன்று பாலிசியிலயும் பணம் திருப்பிக் கிடைக்காதாம்ல... ஏஜென்ட் சொன்னார்.”

உண்மைதான். அவருக்கும் பெரிதாகக் கிடைக்காது, உங்களுக்கும் எதுவும் கிடைக்காது, உங்க உடம்புக்கோ

உயிருக்கோ ஏதாவது நடக்கும் வரையில். எனவே, தயவுசெய்து பணம் ஏதும் திரும்பக் கிடைக்கவே வேண்டாம் என்றே வேண்டிக்கொள்ளுங்கள். சரிதானே!

எதற்காகப் பணம் திரும்பக் கிடைக்க வேண்டும் - உடம்புக்கு ஒன்றும் இல்லாதபட்சத்தில்?

முதலில் ஒன்று: காப்பீட்டையும் முதலீட்டையும் சேர்த்துக் குழப்பிக்கொள்ளாதீர்கள். காப்பீடு என்பது, ஒரு முதலீடு அல்ல; எதிர்பாராத அவசரக் காலங்களில் உங்கள் முதலீட்டுக்குப் பங்கம் வராமல் பத்திரமாகக் காப்பாற்றும் ஆபத்பாந்தவன். இதைத் தெளிவாகப் புரிந்துகொண்டால்தான், நாம் மேலே நகர முடியும்.

ஒரு ‘எண்டோவ்மென்ட் பாலிசி’க்கோ, ‘மணி பேக் பாலிசி’க்கோ கட்டும் பிரீமியம் பணத்தை இரண்டாகப் பிரித்து, ஒரு பகுதியில் காப்பீடு போக மீதப் பணத்தை வேறு நல்ல பாதுகாப்பான முதலீட்டுத் திட்டங்களில் முதலீடு செய்தால்கூட, குறைவான பிரீமியத்தில் உங்களுக்கு அதிகமான இன்ஷூரன்ஸ் கவரேஜ் ஒரு பக்கமும், அதிக வருவாய் மறுபக்கமும் கிடைக்கும் என்பதற்கு நான் உத்தரவாதம்.

‘டேர்ம் பாலிசியில், பிரீமியமும் குறைவு. அதே சமயம் கவரேஜோ அதிகம். ஏனைய பாலிசிகளில் பெரும்பாலும் பிரீமியம் தொகை மிக அதிகமாகவும் கவரேஜ் மிகக் குறைவாகவும் இருக்கும்.

அடுத்ததாக, இன்ஷூரன்ஸ் என்பது ஆப்ளிகேஷன் அல்ல; அது உங்களுக்கான அத்தியாவசியத் தேவை. இந்தப் புரிதல் மிக அவசியம். எனவே, அடுத்த முறை உங்கள் அலுவலக நண்பரோ அல்லது உறவினரோ காப்பீடு முகவர் எனும் ஒரே காரணத்துக்காகவோ அவரை ஊக்கப்படுத்த வேண்டும் என்பதற்காகவோ மட்டும் காப்பீடு எடுக்காதீர்கள். உங்களின் உண்மையான தேவை என்ன என்பதைக் கணக்கிட்டு, அதற்கான காப்பீட்டை எடுப்பதே நல்லது.

மிக முக்கியமாக, ‘என் முதல் பிரீமியத்தை நீ கட்டுகிறாயா?’ என இன்ஷூரன்ஸ் ஏஜென்ட்டிடம் தயவுசெய்து கேட்காதீர்கள். பாவம், அது அவரது சம்பாத்தியம். அதில் மண்ணைப் போடலாமா? ‘சேர்மன் கிளப் என்றால் அதிகம் கட்டுவாராம்’ என வேறு ஒரு குரூப் கிளம்பியிருக்கிறது. இப்படி எல்லாம் ஓசியில் காப்பீடு எடுத்தால், நமக்குத் தேவை இல்லாததை நம் தலையில் கட்டாமல் வேறு என்ன செய்வார்கள்?

மருத்துவக் காப்பீடு

தனிநபர் விபத்துக் காப்பீடு

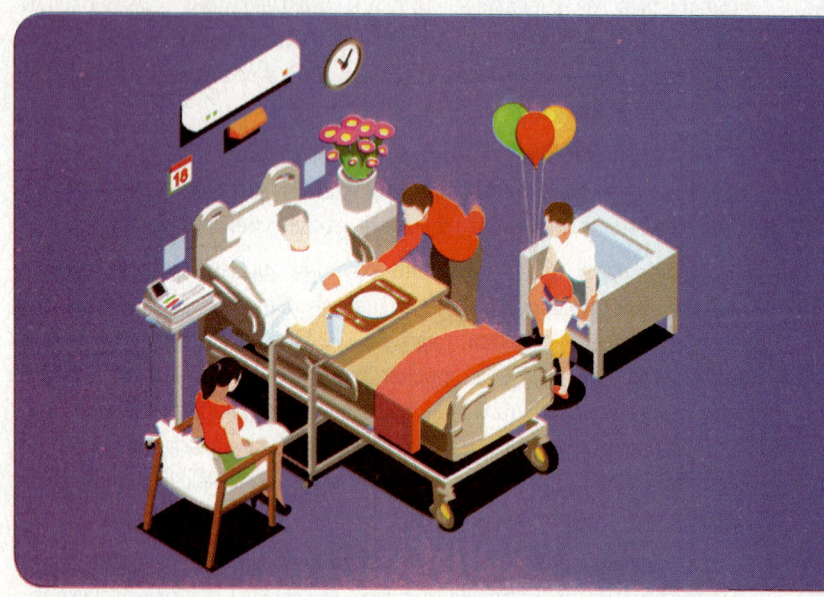

முடிந்தால் அவருக்கு ஒருமுறையாவது ஆலோசனைக் கட்டணம் கொடுத்துப் பாருங்களேன். சிறந்ததொரு பாலிசியை நமக்குப் பரிந்துரைப்பார் அல்லவா?

கொஞ்சம் பிரீமியம் அதிகமாகக் கொடுத்தால், இந்த மூன்று பலன்களையும் அல்லது இதில் ஏதாவது இரண்டு

டேர்ம் பாலிசி

காப்பீட்டையும் முதலீட்டையும் பிரித்தால்...

ஆண்டுக்கு 12,000 ரூபாய் கட்டி, ஒரு கோடி ரூபாய்க்குக் காப்பீடு எடுத்துக்கொள்ளலாம். அடுத்த 15 ஆண்டுகளில் நாம் கட்டும் பிரீமியம் 1.80 லட்சம் ரூபாய். இதற்கு எந்த வருவாயும் கிடையாது. முழுவதுமே செலவுதான்.

ஆண்டுக்கு 1.50 லட்சம் ரூபாயை, 15 ஆண்டுகாலப் பொது சேமநல நிதியில் போடலாம். இப்போதைய வட்டிவிகிதம் 8.70 சதவிகிதம். போடக்கூடிய முதலீடு, அதன் மீதான வருவாய், திரும்ப எடுக்கும்போது என மூன்றுக்கும் வருமான வரிவிலக்கு உண்டு – சில சட்டத்திட்டங்களுக்கு உட்பட்டு. 15-ம் ஆண்டுகளுக்குப் பின்னர் நமக்குக் கிடைக்கக்கூடிய தொகை சுமார் 46.75 லட்ச ரூபாய்.

இப்போது, இதர காப்பீடுகளோடு இந்த கவரேஜையும் வருவாயையும் ஒப்பிட்டுப் பாருங்கள். நீங்களே ஒரு நல்ல முடிவுக்கு வருவீர்கள்!

பலன்களையும் ஒருசேரக் கொடுக்கும் சில காப்பீடுகளும் இப்போது கிடைக்கின்றன.

எல்லோர் மனதிலும் எழும் கேள்வி... 'எனக்கு எவ்வளவு காப்பீடு தேவை?'

இது ஆளுக்கு ஆள் மாறுபடும். மருத்துவக் காப்பீட்டைப் பொறுத்தவரையில், நம் வயதைப் பொறுத்து, நம் வருவாயை மட்டுமே நம்பி இருக்கும் குடும்ப உறுப்பினர்களின் எண்ணிக்கை மற்றும் அவர்களின் வயதைப் பொறுத்தும், குடும்பச் செலவுகள் எவ்வளவு என்பதை கணக்கில்கொண்டும் மாறுபடும்.

உங்களுக்கு ஒன்று தெரியுமா? காப்பீட்டைப் பொறுத்தவரையில் 'இந்தியா அண்டர் கவர்டு நேஷன்' என்கிறார்கள். அதாவது, தேவையான அளவுக்கு நாம் காப்பீடு எடுப்பது இல்லை. அதை வெறும் வேண்டாத செலவாகவோ, ஆப்ளிகேஷனாகவோதான் பெரும்பாலோர் எடுக்கிறோம்.

ஆயுள்காப்பீடைப் பொறுத்தவரையில், உண்மையில் நம் தேவை என்ன... எப்படிக் கணக்கிடுவது?

இதற்கு பொதுவான சூத்திரம் ஏதும் இல்லை என்றாலும், அவரவர் தேவையின் அடிப்படையில் சிறிய கணக்கு ஒன்று போடலாமா?

என் குடும்பத்தின் மாதச் செலவு 50,000 ரூபாய் என வைத்துக்கொள்வோம். உத்தேசமாக ஆண்டுச் செலவுகள் 6 லட்சம் ரூபாய். ஒருவேளை நான் விபத்தில் சிக்கியோ உடல்நலம் பாதிக்கப்பட்டு, பணம் சம்பாதிக்க முடியாத சூழல் உருவானால், அதன் பாதிப்பு தெரியாமல் வழக்கம்போல என் குடும்பச் செலவுகளைச் சரிக்கட்ட இந்தத் தொகை தேவை. குறைந்தபட்சம் ஆண்டுக்கு 6 லட்ச ரூபாய் வருவாய் தரக்கூடிய அளவுக்கு, காப்பீட்டுத் தொகை அல்லது கவரேஜ் இருக்க வேண்டும்.

அப்போதுதான், இழப்பீட்டின் மூலம் வரும் தொகையை பாதுகாப்பான முதலீட்டில் முதலீடுசெய்து, அதன் மூலம் ஆண்டுக்கு 6 லட்ச ரூபாய் கிடைக்கும். இன்றைய தேதியில் பாதுகாப்பான முதலீடு என்றதும் உடனே நினைவுக்கு வருவது வங்கி வைப்புநிதிதான். அதில் முதலீடு செய்யும்போது இப்போதைய வட்டி ஆண்டுக்கு 7.50 சதவிகிதம். ஆக, ஆண்டுக்கு 7.50 சதவிகித வருவாயில் 6 லட்ச ரூபாய் கிடைக்கத் தேவையான முதலீடு எவ்வளவு எனக் கணக்கிட வேண்டும். விடை: ரூ.80 லட்சம்!

இப்போது கொஞ்சம் யோசித்துப் பாருங்கள்; மாதம் ரூ. 50,000/- வருவாய் உள்ளவர்களில் நம்மில் எத்தனை பேர் 80 லட்ச ரூபாய்க்குக் காப்பீடு வைத்திருக்கிறோம்? எவ்வளவு

> நான் வேலைபார்க்கும் நிறுவனத்திலேயே எனக்கு மருத்துவக் காப்பீடு உண்டு; இது வேறு ஏன் தனியாக?
>
> நல்ல கேள்வி. இதற்கு இரண்டு காரணங்களைச் சொல்லலாம்.
>
> முதலாவதாக, சில நிறுவனங்களில் நமக்கு மட்டுமே இந்தக் காப்பீடு இருக்கும்; குடும்பத்தினருக்கு இருக்காது.
>
> அடுத்ததாக, இன்றைய தேதியில் நாம் ஒரே வேலையில் சேர்ந்து அதிலேயே ரிட்டயராவது என்பது எல்லாம் குறைவு. நாம் தயார் என்றாலும் கம்பெனிகள் தயாராக இல்லை என்பதுதான் நடைமுறையாக மாறிவருகிறது. எனவே, கம்பெனிக்கு கம்பெனி மாறுகையிலோ அல்லது வி.ஆர்.எஸ் எடுக்க நேர்ந்தாலோ அப்போது போய் காப்பீடு எடுக்க முடியாது. 35 வயதுக்கு மேல் என்றாலே, பல நிறுவனங்கள் யோசிக்கின்றன.
>
> எனவே, செலவைப் பார்க்காமல், சிறு வயதில் இருந்தே ஒரு சிறு தொகைக்காவது மருத்துவக் காப்பீடு மொத்தக் குடும்பத்துக்கும் எடுத்து வைத்துக்கொண்டால், பின்னர் பெரும் உதவியாக இருக்கும்.

பெரிய ரிஸ்க்கில் நம் குடும்பத்தை வைத்திருக்கிறோம் என்பது தெரிகிறது அல்லவா?

அதோடு நிற்கவில்லை நம் ரிஸ்க். சென்ற ஆண்டு 9 சதவிகிதமாக இருந்த வங்கி வட்டி விகிதங்கள் குறைந்து, இப்போது 7.50 சதவிகிதம் ஆகியிருக்கிறது. ஒருவேளை இது மேலும் குறைந்து, 2008-ம் ஆண்டு இருந்ததுபோல ஆண்டுக்கு 6 சதவிகிதமானால்..? அப்போது இந்த 80 லட்சம் முதலீடு/கவரேஜ் பத்தாது; குறைந்த வட்டி காரணமாக இதே வருவாயை ஈட்ட, 1 கோடி ரூபாயாவது வேண்டும். தயாரா நாம்?

இன்னும் ஒன்று சொன்னால் திகில் கூடும்.

பணவீக்கம் காரணமாக நம் செலவு அதிகரித்து, ஆண்டுக்கு ரூ 6 லட்சம் என்பது உயர்ந்து ரூ. 8 லட்சமாக மாறினால், ஆண்டுக்கு 6 சதவிகித வட்டியில் நமக்குத் தேவையான முதலீடு/கவரேஜ் ரூ. 1,33,33,333/- அம்மாடியோவ்!

இப்போது கைவசம் வைத்திருக்கும் பாலிசிகளை எடுத்து மொத்த கவரேஜ் எவ்வளவு எனக் கணக்கிடுங்கள் பார்க்கலாம்!

உத்தேசமாகச் சொல்வதானால், நம்முடைய தற்போதைய ஆண்டுச் செலவுகளைப்போல சுமார் 20 மடங்காவது கவரேஜ் இருந்தால், எதிர்காலத்தைப் பற்றியோ, குடும்பத்தைப் பற்றியோ அதிகம் கவலைப்படாமல் ஓரளவுக்கு நிம்மதியாக இருக்கலாம்.

'அதுசரி, கோடிக்கணக்கில் கவரேஜுக்கு பாலிசி எடுக்கிறதுக்கு எல்லாம் எங்கே சார் பணம் இருக்கு?' என்பவர்களுக்கு, அங்குதான் டேர்ம் பாலிசி வருகிறது ஆபத்பாந்தவனாக.

உதாரணத்துக்கு, சுமார் 30 வயதில் உள்ளோருக்கு மாதம் ரூ.1,000/-க்கும் குறைவாக பிரீமியம் கட்டினாலே, இப்போது ஒரு கோடி ரூபாய்க்கான காப்பீடு கிடக்கிறது.

சிறு தொகையை இத்துடன் சேர்த்துக் கட்டினால், கூடுதலாக விபத்துக் காப்பீடு, மருத்துவக் காப்பீடு போன்றவையும் கிடைக்கின்றன. முன்னர் எல்லாம் இந்த கவரேஜ் 60 அல்லது 65 வயதோடு நின்றுவிடும். இப்போது 85 வயதுவரையிலும் கிடைக்கிறது.

எளிதாகச் சொன்னால், நாள் ஒன்றுக்கு 30 ரூபாய். அதாவது, ஒரு காபியை கட் பண்ணினால், நல்ல காப்பீடு கிடைக்கும்.

ஆரோக்கியத்துக்கு ஆரோக்கியம்; பாதுகாப்புக்குப் பாதுகாப்பு!

5

திருடன் ஒருவன் நுழைந்து, கண் முன்னே உங்கள் பணத்தைத் திருடிச் சென்றால் என்ன செய்வீர்கள்... சும்மா உட்கார்ந்திருப்பீர்களா? அடுத்த முறை திருட்டு நடக்காமல் இருக்க, உரிய நடவடிக்கை எடுப்பீர்கள்தானே!

சொன்னால் நம்பமாட்டீர்கள். நம்மில் பெரும்பாலானோர் அப்படிச் செய்வது இல்லை - முதலீட்டில் மட்டும்! சில விஷயங்களை யோசித்துப் பார்த்தால் அதிர்ச்சியாக இருக்கும் என்பதால், அவற்றைப் பற்றி நாம் யோசிப்பதுகூட இல்லை. யார் அந்தத் திருடன்? எப்படிக் களவுபோகிறது நம் பணம்?

**பணவீக்கத்தால், வாங்கும் சக்தி எப்படிக் குறைகிறது...
சேமிப்பு எப்படிக் கரைகிறது?**

வருமானவரி கட்டாதோருக்கு...

சேமிப்பு / முதலீடு:	ரூ. 100.00
வங்கி வட்டி வருவாய் @ ஆண்டுக்கு 7 %	ரூ. 7.00
பணவீக்கம் @ 10 %	ரூ. 10.00
பணவீக்கம் போக வருவாய் / இழப்பு	ரூ. 3.00

வரிச் சேமிப்பு

வருடாவருடம் இன்கிரிமென்ட், போனஸ் என வருவாய் கூடினாலும்கூட, நடுத்தட்டு மக்கள் நடுத்தட்டு மக்களாகவே இருப்பதற்கு என்ன காரணம்? பல காரணங்கள் இருக்கலாம். அதில் முக்கியமானது... நம் சேமிக்கும்/முதலீடுசெய்யும் விதத்தில் உள்ள தவறுகள்தான். அவை என்னென்ன?

நம் சேமிப்புகள், பெரும்பாலும் பணவீக்கத்தைத் தாண்டிய வருமானத்தைத் தருவது இல்லை. வரி கட்டியதுபோக மீதம்தான் வருவாய் என்பதால், ஏற்படும் இழப்பு - 30 சதவிகிதம் வரைகூடச் செல்லலாம்.

ஓர் ஆண்டுக்கு முன்னர் பணவீக்கம் 10 சதவிகிதம் இருந்தது. இதற்கு என்ன அர்த்தம்? சென்ற ஆண்டு 100 ரூபாய் கொடுத்து வாங்கிய ஒரு பொருளை, இந்த ஆண்டு 110 ரூபாய் கொடுத்து வாங்க வேண்டும். அதே அளவு, அதே தரம்தான். ஆனால், விலை மட்டும் 10 ரூபாய் அதிகம்.

பொருட்களின் உற்பத்தி குறைவாக இருந்தாலோ, அதற்கான தேவை அதிகமானாலோ, இது நிகழும். அதாவது, பொருட்களின் தேவை அதிகரிப்பதற்கு ஏற்ப உற்பத்தியும் அதிகரிக்காமல் இருக்கலாம்... அல்லது தேவை பெரிதாக அதிகரிக்காமல் அதே அளவு இருக்கும் போதும்கூட, உற்பத்தி மட்டும் குறைந்திருக்கலாம்.

சுருக்கமாகச் சொன்னால், குறைந்த அளவிலான பொருட்களை, அதிக எண்ணிக்கையில் பணம் துரத்தும்போது பணவீக்கம் உண்டாகிறது.

வருமானவரி கட்டுபவராக இருப்பின், இழப்பு இன்னும் அதிகம்:

சேமிப்பு / முதலீடு:	ரூ. 100.00
வங்கி வட்டி வருவாய் @ ஆண்டுக்கு 7 %	ரூ. 7.00
வருமான வரி @ 30 %	ரூ. 2.00
வரி போக வருவாய்	ரூ. 5.00
பணவீக்கம் @ 10 %	ரூ. 10.00
பணவீக்கம் போக வருவாய் / இழப்பு	ரூ. 5.00

இதில் என்ன பிரச்னை?

நடப்பு ஆண்டில் பொதுத் துறை வங்கிகளில் வைப்பு நிதிக்கான வட்டி, ஆண்டுக்கு 7 சதவிகிதத்தை ஒட்டியிருக்கிறது. அதாவது 100 ரூபாய் டெபாசிட் செய்தால், ஓர் ஆண்டு கழித்து 107 ரூபாய் கிடைக்கும். சென்ற ஆண்டு கையில் இருந்த பணத்தைவிட, இப்போது கையில் அதிகம் பணம் இருக்கும். இருப்பினும் சென்ற ஆண்டு 100 ரூபாய்க்கு வாங்கிய பொருளை, அதே விலைக்கு இப்போது வாங்க முடியாது. ஏனெனில், பணவீக்கம் காரணமாக அந்தப் பொருளின் விலை இப்போது 110 ரூபாயாக உயர்ந்திருக்கும்.

அதற்காக அத்தியாவசியத் தேவைகளை வாங்காமல் இருக்க முடியுமா என்ன? நாம் என்ன செய்வோம் தெரியுமா? உபரியாகத் தேவைப்படும் அந்த 3 ரூபாயை, நம் சேமிப்பில் இருந்துதான் எடுத்துச் செலவுசெய்வோம். அப்போது என்ன நடக்கும்... நம் சேமிப்பில் 3 ரூபாய் குறையும். அது மட்டுமா? அடுத்த ஆண்டில் அதன் மீதான வட்டி வருவாயும் கிடைக்காது.

பிரச்னை இத்துடன் நிற்கவில்லை... நீங்கள் வருமான வரி கட்டுபவராக இருந்தால், இன்னும் சிக்கல்!

வங்கியில் நீங்கள் போடும் 100 ரூபாய், ஆண்டு இறுதியில் 107 ரூபாயாகக் கிடைக்காது. உங்கள் வருமான அளவைப் பொறுத்து அதில் 10 அல்லது 20 அல்லது 30 சதவிகிதத்தை வருமான வரியாகக் கட்ட வேண்டும். உதாரணமாக, நீங்கள் 30 சதவிகிதம் வருமான வரி கட்டுபவராக இருந்தால், உங்கள் கையில்

கிடைக்கும் 107 ரூபாயில் இருந்து இரண்டு சதவிகிதத்துக்கு மேல் வருமான வரியாகப் போய்விடும். கையில் 105 ரூபாய்க்கும் குறைவாகவே கிடைக்கும்.

இதில் 10 சதவிகிதப் பணவீக்கத்தைக் கணக்கில் எடுத்துக் கொண்டால், கையில் மிஞ்சுவது சுமார் 95 ரூபாய். அதாவது, சென்ற ஆண்டு வைத்திருந்ததைவிடக் குறைவு. உள்ளதும் போச்சு. பணத்தின் எண்ணிக்கையில் கையில் 105 ரூபாய் இருந்தால்கூட, அதன் உண்மையான மதிப்பும் வாங்கும் சக்தியும் 95 ரூபாய்க்கானதுதான்.

வரிச் சேமிப்புத் திட்டங்கள் எவை?
முதலீட்டுத் திட்டங்கள் சில...

1. பி.பி.எஃப்.: பொது சேமநல நிதி
2. இ.எல்.எஸ்.எஸ் – வரிச் சேமிப்புக்கான பரஸ்பர நிதித் திட்டம்
3. அஞ்சலகச் சேமிப்புத் திட்டங்கள்
4. வரிச் சேமிப்புக்கான 5 ஆண்டு வங்கி வைப்புநிதி!

அனுமதிக்கப்பட்ட செலவுகள் சில...

1. காப்பீடு – ஒரு முதலீடு அல்ல என்பதால்
2. பிள்ளைகளின் பள்ளிக் கட்டணம்
3. வீட்டுக் கடன் மீதான வட்டி – மறைமுகச் சேமிப்பு!

இந்த 105 ரூபாயைக் கொண்டு, சென்ற ஆண்டு 100 ரூபாய்க்கு வாங்கிய பொருளை வாங்க வேண்டுமானால், பணவீக்கம் காரணமாக 110 ரூபாய் தேவை. மீண்டும் நம் சேமிப்பில் கைவைத்து 5 ரூபாயை எடுத்து செலவுசெய்ய நேரிடும். சேமிப்பு, அதிகமாகக் கரையும். நடுத்தட்டு மக்கள் கடைசி வரை நடுத்தட்டு மக்களாகவே இருக்கும் ரகசியம் இதுதான்.

பணவீக்கத்தின் முழுமையான தாக்கத்தைத் தெரிந்துகொள்ள, இன்னொரு கணக்கைப் பார்க்கலாம்.

மாதம் 30,000 ரூபாய் சம்பாதிப்பவரா நீங்கள்? இதே வாழ்க்கைத் தரத்தை, அடுத்த 20 ஆண்டுகள் கழித்தும் மெயின்டெயின் பண்ணத் தேவையான தொகை எவ்வளவு தெரியுமா? 80,000 ரூபாய். இதுகூட ஆண்டுக்கு வெறும் 5 சதவிகிதப் பணவீக்கத்தை

அடிப்படையாகக் கொண்டு கணக்கிடப்பட்டது. பணவீக்கம் 10 சதவிகிதமானால், இது எங்குபோய் நிற்கும்... நீங்கள் என்ன செய்வீர்கள்... அதுவும்கூட, வாழ்க்கைத்தரத்தில் எந்தவித முன்னேற்றமும் இல்லாமல்?

ஒருவேளை எந்தவிதமான முன்னேற்றமும் இன்றி இதே 30,000 ரூபாய் வருமானமே தொடர்ந்தால், அதன் உண்மையான மதிப்பு என்ன தெரியுமா? வெறும் 11,000 ரூபாய்தான். அதுவும் இப்போதைய பணவீக்கத்தின் அடிப்படையில் கணக்கிடப்பட்டது. ஒருவேளை பணவீக்கம் அதிகரித்து 10 சதவிகிதமானால்... அதோகதிதான்!

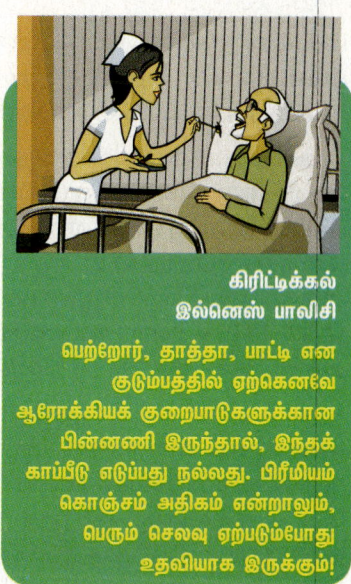

கிரிட்டிக்கல் இல்னெஸ் பாலிசி

பெற்றோர், தாத்தா, பாட்டி என குடும்பத்தில் ஏற்கெனவே ஆரோக்கியக் குறைபாடுகளுக்கான பின்னணி இருந்தால், இந்தக் காப்பீடு எடுப்பது நல்லது. பிரீமியம் கொஞ்சம் அதிகம் என்றாலும், பெரும் செலவு ஏற்படும்போது உதவியாக இருக்கும்!

கொஞ்சம் பயமாகத்தானே இருக்கிறது; பயப்படுங்கள். அதுவும் நல்லதுக்குத்தான். பயம், நல்ல பக்கவிளைவுகளை ஏற்படுத்தும். முன்னெச்சரிக்கை உணர்வு அது.

பணவீக்கம் எனும் திருடனையும், வரி எனும் அரக்கனையும் சமாளிக்க வேண்டும். இந்த இருவரையும் சமாளித்து, பணம் ஈட்டுவோரே பணக்காரர் ஆக முடியும் என்பது தெளிவு.

வரிச் சேமிப்பு

முன்னர் எல்லாம் பணக்காரர்கள் மட்டுமே வரி கட்டுவார்கள். மேல் நடுத்தட்டு மக்களைத் தாண்டி, நடுத்தட்டு மக்களுக்கு அதைப் பற்றிய கவலை பெரிதாக இருந்தது இல்லை. ஆனால், அவை எல்லாம் அந்தக் காலம்.

இப்போது ஒழுங்காக வரி கட்டுவதே நடுத்தட்டு மக்கள்தான். ஜனவரி மாதம் வந்துவிட்டாலே வருமான வரிப் பிடித்தம் போக, கையில் ஒன்றும் அதிகம் மிஞ்சாது. பிப்ரவரி மார்ச் மாதங்களும் அப்படித்தான். அந்த மூன்று மாதங்களும் நாம் வேலைபார்ப்பது அரசுக்காகத்தானோ, நம் குடும்பத்துக்காக இல்லையோ என எண்ணத் தோன்றும். இப்போது எல்லாம்

பணக்காரர்களில் பெரும்பாலானோர் எப்படி வரி கட்டாமல் ஏய்ப்பது என ஆலோசனை சொல்ல, மிக சகஜமாக ஆள் அமர்த்தித் திட்டமிடுகிறார்கள்.

வரி திட்டமிடல் மூலமாக நாம் சேமிக்கும் ஒவ்வொரு ரூபாயும், மேலும் ஒரு ரூபாய் புதிதாகச் சம்பாதித்ததற்குச் சமம் என்பதோடு, அடுத்தடுத்த ஆண்டுகளில் அதன் மீது வரக்கூடிய வருவாயையும் சேர்த்துச் சம்பாதித்தது ஆகும். எனவே ‘A penny saved is penny earned’ எனும் பழமொழியைக் கொஞ்சம் மாற்றி ‘A penny saved is not only a penny earned but a penny plus the interest on it earned’ என்பதை அழுத்தமாக நினைவில்கொள்ள வேண்டும்.

நாம் ஈட்டும் சம்பளத்திலோ, வருவாயிலோ வரி கட்டுகிறோம் என்றாலும், வரி கட்டிய பிறகு நம் சேமிப்பில் செய்யக்கூடிய முதலீட்டின் மீது வரும் வருவாயின் மீதும் வருமான வரி செலுத்தும் போது எவ்வளவு வலியாக இருக்கிறது அல்லவா? அதைத் தவிர்ப்பது எப்படி? முதலீட்டின் மீதாவது வருமான வரிச் சேமிப்பு இருந்தால், எவ்வளவு மிச்சம் பண்ணலாம்!

அதற்காகவே இருக்கிறது பல முதலீட்டுத் திட்டங்கள். அவற்றில் ‘ட்ரிப்பிள் இ’ (E-E-E அல்லது Exempt - Exempt - Exempt) வகை முதலீடுகளைத் தேர்ந்தெடுத்து முதலீடு செய்தால், முதலீட்டுக்கும் வருமான வரிவிலக்கு கிடைப்பதோடு, அதன் மீது ஈட்டும் வருவாய்க்கும் பூரண வரிவிலக்கு உண்டு. பணத்தைத் திரும்ப எடுக்கும்போது வருமான வரி கிடையாது.

ஊழியர் சேமநல நிதி, பொது சேமநல நிதி, இ.எல்.எஸ்.எஸ் எனும் பரஸ்பர நிதித் திட்டம் போன்றவை இதில் அடங்கும். இவை ஒவ்வொன்றின் சாதக-பாதகங்கள் என்னென்ன, முதலீடு கட்டவேண்டிய காலம் மற்றும் முதிர்வடையும் காலகட்டம் எவ்வளவு, பாதுகாப்பான முதலீடா, வருமானம் எவ்வளவு... என, பல அம்சங்களையும் ஆராய்ந்து ஆலோசனை பெற்று முதலீடு செய்யலாம்.

பணம் ஈட்டியவர்களின் தாரக மந்திரம் இதுதான்.

‘பணம், பணத்தை ஈட்டும்; நாம் தூங்கலாம். ஆனால், நம் பணம் தூங்கக் கூடாது - ஒரு நிமிடம்கூட!’ ஒரு நாளைக்கு 8 மணி நேரமோ, 10 மணி நேரமோ நாம் உழைக்கலாம். ஆனால், நம் பணம் 24 மணி நேரமும் நமக்காக உழைக்க வேண்டும். உழைக்கும்!

எப்படி?

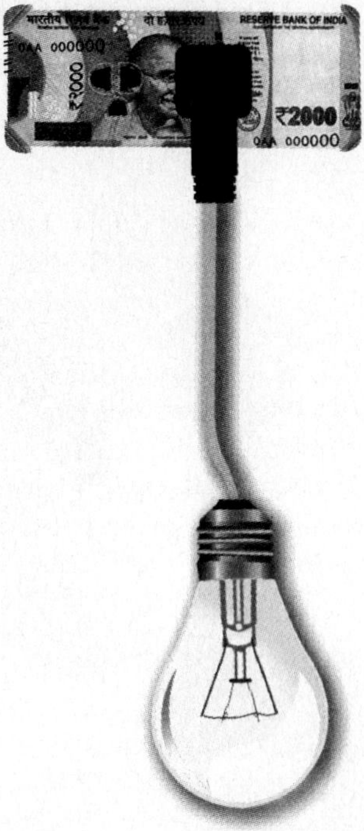

6

வரி சேமிப்புத் தரக்கூடிய திட்டங்கள் சிலவற்றைப் பற்றி விரிவாகப் பார்க்கலாம். வரி சேமிப்புத் திட்டங்களில் முதல் இடம்பெறுவது, 'பொது சேமநல நிதித் திட்டம்' எனப்படும் பப்ளிக் ப்ராவிடென்ட் ஃபண்ட் அல்லது பி.பி.எஃப். இது ஒரு 'ட்ரிப்பிள் இ' திட்டம். அதாவது, எக்ஸெம்ப்ட் - எக்ஸெம்ப்ட் - எக்ஸெம்ப்ட் வகைத் திட்டம். மூன்றுவிதமான வரிச் சலுகைகள் உள்ள திட்டம் இது என்பதால், மிகவும் பிரபலம்.

அது என்ன மூன்று வகை வரிச் சலுகை?

1. இந்தத் திட்டத்தில் போடப்படும் முதலீட்டுக்கு, வரிவிலக்கு உண்டு (சில சட்டத்திட்டங்களுக்கு உட்பட்டு).

2. இந்தத் திட்டத்தில் வரும் வருவாய்க்கு, பூரண வரிவிலக்கு உண்டு.

3. இந்தத் திட்டத்தின் முதலீட்டுக்காலம் முடிந்து, திரும்பப் பெறக்கூடிய முழுத்தொகைக்கும் வருமான வரி கிடையாது.

இனி, முதலீட்டாளர்கள் மத்தியில் இந்தத் திட்டம் குறித்து அடிக்கடி எழும் சில கேள்விகளையும் அதற்கான பதில்களையும் சற்று விரிவாகப் பார்க்கலாம்...

யாரெல்லாம் இந்தக் கணக்கைத் தொடங்கலாம்?

முன்னர் எல்லாம் இந்து கூட்டுக் குடும்பங்கள்கூட இந்தக் கணக்கைத் தொடங்க வசதி இருந்தது. இப்போதோ, தனி நபர்கள் யார் வேண்டுமானாலும் இந்தக் கணக்கைத் தொடங்கலாம்.

குழந்தைகள் பெயரில் கணக்கு தொடங்கலாமா?

மைனர்கள் பேரிலும் இந்தக் கணக்கு தொடங்கப்படலாம். உங்கள் பிள்ளைகள் பேரில் கணக்கு தொடங்கி, அதில் தனியாக ஆண்டுக்கு 1.50 லட்சம் ரூபாய் வரை சேமிக்கலாம்.

அவர்களுக்கு நீங்கள் கொடுத்த பரிசாக அந்தத் தொகை கணக்கில் கொள்ளப்படும். ஆனால், உங்கள் வருமான வரிக் கணக்கோடு அது சேர்த்துக் கணக்கிடப்படும். எனினும், இந்தக் கணக்கில் வரும் வட்டி வருவாய்க்கு வருமான வரி கிடையாது.

என்.ஆர்.ஐ. கணக்கு தொடங்க முடியுமா?

2003-ம் ஆண்டு முதல், வெளிநாட்டுவாழ் இந்தியர்களுக்கு இந்தக் கணக்கு தொடங்கும் அனுமதி கிடையாது. இந்தியாவில் இருந்தபோது, முன்னர் தொடங்கப்பட்ட கணக்குகள் மூலம் தொடரலாம்.

இந்தத் திட்டத்தில் ஆண்டுக்கு எவ்வளவு வரை சேமிக்கலாம்?

நபர் ஒருவர், ஆண்டுக்கு 1,50,000 ரூபாய் வரை சேமிக்கலாம். அதுதான் உச்சபட்ச வரம்பு. அதற்குமேல் கணக்கில் பணம் போட முடியாது.

ஆண்டுக்கு, குறைந்தபட்ச முதலீடு எவ்வளவு?

'இவ்வளவு பெரிய தொகை எல்லாம் இப்போதைக்கு கையில் இல்லை' என்பவர்கள், ஆண்டுக்கு குறைந்தபட்சம் 500 ரூபாய் சேமித்தால்கூட போதும். அடுத்து வரும் ஆண்டுகளில் எப்போது

46 | அறம் பொருள் இன்பம்

பி.பி.எ:ப்.-ல் ஆண்டுக்கு ரூ. 1,50,000/- முதலீடு செய்தால்...

ஆண்டு	வட்டி சதவிகிதம்	ஆண்டு தொடக்கத்தில்	ஆண்டு முதலீடு	மொத்த முதலீடு	வட்டித் தொகை	ஆண்டு முடிவில்	திரும்ப எடுக்கும் தொகை	அனுமதிக்கப்பட்ட கடன் தொகை
		(Rs)	(Rs)	(Rs)	(Rs)	(Rs)	(Rs)	(Rs)
2014	8	0	1,50,000	150,000	12,000	1,62,000	–	–
2015	8	162,000	1,50,000	312,000	24,960	3,36,960	–	–
2016	8	336,960	1,50,000	486,960	38,957	5,25,917	–	40,500
2017	8	525,917	1,50,000	675,917	54,073	7,29,990	–	84,240
2018	8	729,990	1,50,000	879,990	70,399	9,50,389	–	1,31,479
2019	8	950,389	1,50,000	11,00,389	88,031	11,88,421	–	–
2020	8	11,88,421	1,50,000	13,38,421	1,07,074	14,45,494	3,64,995	–
2021	8	14,45,494	1,50,000	15,95,494	1,27,640	17,23,134	4,75,195	–
2022	8	17,23,134	1,50,000	18,73,134	1,49,851	20,22,984	5,94,210	–
2023	8	20,22,984	1,50,000	21,72,984	1,73,839	23,46,823	7,22,747	–
2024	8	23,46,823	1,50,000	24,96,823	1,99,746	26,96,569	8,61,567	–
2025	8	26,96,569	1,50,000	28,46,569	2,27,726	30,74,294	10,11,492	–
2026	8	30,74,294	1,50,000	32,24,294	2,57,944	34,82,238	11,73,412	–
2027	8	34,82,238	1,50,000	36,32,238	2,90,579	39,22,817	13,48,284	–
2028	8	39,22,817	1,50,000	40,72,817	3,25,825	43,98,642	15,37,147	–

எல்லாம் அதிகம் சேமிக்க முடிகிறதோ, அப்போது எல்லாம் அதிகம் டெபாசிட் செய்யலாம். ஆண்டுக்கு 1.50 லட்சம் ரூபாய் எனும் வரையறையை வைத்துக்கொண்டு சேமிப்பது நல்லது.

ரெக்கரிங் டெபாசிட் மாதிரி, மாதாமாதம் சேமிக்க முடியுமா?

இந்தத் தொகையை மாதம் 12,500 ரூபாயாகப் பிரித்து, மாதாமாதம் சிறுகச்சிறுகச் சேமிக்கலாம். எனவே, தீபாவளி போனஸ் வரும் சமயத்தில் சற்று அதிகம் சேமிக்கலாம். தட்டுப்பாடான மாதத்தில் 500 ரூபாய் சேமிக்கலாம் அல்லது ஒரு மாதம் சேமிக்காமலும் இருக்கலாம். வருடத்துக்கு 1.50 லட்சம் ரூபாய் வரும் வரையில் சேமிப்பு இருந்தால் நல்லது.

ஓர் ஆண்டு கட்டத் தவறினால், என்ன ஆகும்?

கவலை இல்லை. ஒரு சிறு தொகையை அபராதமாகக் கட்டிவிட்டு, அந்த ஆண்டுக்கான குறைந்தபட்ச டெபாசிட்டை கணக்கில் போட்டால், கணக்கு மீண்டும் உயிர்பெற்றுவிடும்.

ஆண்டுக்கு எவ்வளவு வட்டி?

ஆண்டுக்கு 8.70 சதவிகிதம் என இருந்த வட்டிவிகிதம் சமீபத்தில் குறைக்கப்பட்டு, இப்போது ஆண்டுக்கு 8.10 சதவிகிதம் என வழங்கப்பட்டுவருகிறது.

வரிவிலக்கு எப்படி?

இப்படிச் சேமிக்கும் தொகைக்கு வருமான வரிவிலக்கு அளிக்கப்படும் - காப்பீடு, வீட்டுக்கடன், பிள்ளைகளின் கல்விச் செலவு உள்ளிட்ட சில திட்டங்களையும் சேர்த்து இந்தத் தொகை 1.50 லட்சம் ரூபாய்க்கு மிகாமல் இருக்கவேண்டும். அதற்கு மேல் இருந்தால், வரி விலக்கு 1.50 லட்சம் ரூபாய்க்கு மட்டுமே வழங்கப்படும்.

எவ்வளவு ஆண்டுகாலம் பணம் கட்ட வேண்டும்?

இந்தக் கணக்கின் முதிர்வுகாலம் 15 ஆண்டுகள். அதாவது, 15 ஆண்டுகளுக்கு ஒவ்வோர் ஆண்டும் குறைந்தபட்சம் 500 ரூபாயில் இருந்து 1.50 லட்சம் ரூபாய் வரை செலுத்தலாம்.

15 ஆண்டுகள் காலக்கெடு முடிந்து முதிர்வடைந்த பின்னர் தொடரலாமா?

- 15 ஆண்டுகள் முடிந்தவுடன் போட்ட முதலீட்டை வட்டியுடன் திரும்பப் பெறலாம். எந்தவித வருமான வரியும் இல்லாமல் கணக்கை முடித்துக்கொள்ளலாம்.
- 15 ஆண்டுகளுக்குப் பிறகும் இந்தக் கணக்கைத் தொடர விரும்பினால், மேலும் ஐந்து ஆண்டுகளுக்கு எனத் திரும்பத் திரும்பப் புதுப்பித்துக்கொள்ளலாம். ஒவ்வோர் ஆண்டும் பணம் கட்டலாம்.
- 15 ஆண்டுகள் முடிந்த பிறகுகூட, மேலும் பணம் எதுவும் கட்டாமலேயே இந்தக் கணக்கைத் தொடரலாம். வட்டி வந்துகொண்டிருக்கும்.

கடன் வசதி உண்டா?

15 ஆண்டுகள் என்பது நீண்டகாலம் என்பதால், அத்தியாவசிய அவசரத் தேவை ஏற்படும்போது இடையில் கடன் பெறும் வசதி மட்டும் அல்ல, பணத்தைத் திரும்பப் பெறும் வசதியும் உண்டு. கணக்கு தொடங்கிய 3-வது ஆண்டே கடன் பெறும் வசதி உண்டு. நம் கணக்கில் இரண்டு ஆண்டுகளுக்கு முன்னர் இருந்த இருப்பில் 25 சதவிகிதத் தொகையைக் கடனாகப் பெறலாம். நம் கணக்கில் டெபிட் செய்துகொடுக்கப்படுவதால், திரும்பக் கட்டும் வரை நமக்கு அந்தத் தொகைக்கு வட்டி ஏதும் கிடைக்காது. முன்னர் வாங்கிய கடன்கள் எல்லாம் கொடுக்கப்பட்டுவிட்டால், மீண்டும்கூட கடன் வாங்கிக்கொள்ளலாம்.

பணத்தைத் திரும்பப் பெறும் வசதி உண்டா?

கணக்கு தொடங்கி 7-வது ஆண்டில் இருந்து, ஒவ்வோர் ஆண்டும் அதிகபட்சம் ஒருமுறை பணம் திரும்பப் பெறும் வசதி உண்டு. முழுத்தொகையையும் எடுக்க முடியாது. நான்கு ஆண்டுகளுக்கு முன்னர் இருந்த இருப்பு எவ்வளவோ அல்லது முந்தைய ஆண்டுக் கடைசியில் என்ன இருப்பு இருந்ததோ, இரண்டில் எது குறைவானதோ, அந்தத் தொகையில் ஐம்பது சதவிகிதத் தொகையைத் திரும்பப் பெறும் அனுமதி உண்டு.

நான்கு ஆண்டுகளுக்கு முன்னர் இருந்த தொகையைவிட முந்தைய ஆண்டு இருப்புத் தொகை எப்படிக் குறைவாக இருக்கலாம்? பொதுவாக ஆண்டுகள் கூடக்கூட இருப்புத் தொகையும் அதிகரிக்கத்தானே செய்யும்? என்ற கேள்விகள் எழலாம்.

பி.பி.எஃப் திட்டம் முதிர்வடையும் முன்னரே இந்தக் கணக்கை முடிக்கும் வசதியும் இப்போது செய்யப்பட்டுள்ளது.

அதற்கான விதிமுறைகள் இவை:

- கணக்கு தொடங்கி குறைந்தபட்சம் ஐந்து ஆண்டுகளாவது முடிந்திருக்க வேண்டும்.
- தீவிர உடல் நலக் குறைவு அல்லது பிள்ளைகளின் உயர் கல்வி போன்ற சிலவற்றுக்கு மட்டுமே இப்படிச் செய்ய முடியும்.
- முதிர்வடையும் முன்னரே எடுக்கப்படும் பணத்தின் மீதான வட்டித்தொகை மீது 1 சதவிகிதம் அபராதம் கழிக்கப்பட்டு, மீதப் பணம் மட்டுமே கொடுக்கப்படும்.

நியாயம்தான். முதல்முறை பணம் திரும்பப் பெறும்போது வேண்டுமானால் அப்படி இருக்கலாம். ஆனால், ஒருமுறை பணம் எடுத்த பின்னர், வரும் ஆண்டுகளில் நான்கு ஆண்டுக்கு முன்னர் இருந்த தொகையைவிட முந்தைய ஆண்டு குறைவாகத்தானே இருக்கும்!

உதாரணமாக, 2010-11ம் ஆண்டில் தொடங்கப்பட்ட கணக்கில், 2016-17ம் ஆண்டில் திரும்பப் பெறும் வசதி உண்டு.

நாமினேஷன் வசதி உண்டா?

நமக்குப் பிறகு இந்தத் தொகை யாருக்குப் போய்ச் சேர வேண்டும் எனக் குறிப்பிடும் நாமினேஷன் வசதி உண்டு.

உங்களுக்கு இரண்டு அல்லது மூன்று பிள்ளைகள் என்றாலோ, இல்லை மனைவியும் பிள்ளைகளும் நமக்குப் பிறகு பிரித்து எடுத்துக்கொள்ள வேண்டும் என நினைத்தாலோ, ஜாயின்ட் நாமிநேஷன் வசதியும் உண்டு. உங்களுக்குப் பிறகு, அவர்கள் ஒவ்வொருவருக்கும் எந்த சதவிகிதக் கணக்கில் இந்தப் பணம் போய்ச் சேரவேண்டும் எனவும் குறிப்பிடலாம். அப்படி ஏதும் சதவிகிதக் கணக்குக் குறிப்பிடாத பட்சத்தில், தொகை எல்லோருக்கும் சமமாகப் பிரித்துக் கொடுக்கப்படும்.

ஒருவர் எத்தனை கணக்குகள் தொடங்கலாம்?

ஒருவர், ஒரு கணக்கு மட்டுமே தொடங்கமுடியும்.

நிறுவனங்களில் வேலை செய்பவர்களின் நிதிப் பாதுகாப்புக்கு என, ஊழியர் சேமநல நிதி உண்டா?

தொழில்முனைவோருக்கு அத்தகைய பாதுகாப்பு இல்லை. அதை வழங்குவதுதான் பொது சேமநல நிதியின் நோக்கம். ஊழியர் சேம நல நிதி போலவே இதற்கும் வரிச் சலுகைகள் உண்டு.

எங்கு தொடங்கலாம்... யாரை அணுக வேண்டும்?

அஞ்சலகங்களில் மட்டுமே இருந்த இந்தத் திட்டம், இப்போது பாரத ஸ்டேட் வங்கி உள்ளிட்ட பல வங்கிகளிலும் கிடைக்கிறது. தனியார் வங்கிகளிலும் இந்தச் சேவை வழங்கப்படுகின்றன. இதற்கென தனி டெபாசிட் செலானுடன் ஒரு பாஸ்புக்கும் கொடுத்துவிடுவார்கள். வரிச் சலுகை பெற இதை முறையாக வைத்துக்கொள்வது நல்லது.

நீதிமன்ற உத்தரவு மூலம்கூட இந்தக் கணக்கில் இருக்கும் பணத்தில் யாரும் கைவைக்க முடியாது எனும் தகவல், மல்லையா போன்றோருக்கு இனிக்கும் செய்தி!

மொத்தத்தில், இன்றைய தேதியில் சுமார் ஐந்து சதவிகிதப் பணவீக்கத்தையும் தாண்டி, உபரியாக ஏறத்தாழ மூன்று சதவிகிதம் அதிகமாக வருவாய் தரக்கூடிய வெகு சில திட்டங்களில் மிகப் பாதுகாப்பானது, முதன்மையானது பி.பி.எஃப்.

7

நம் நாட்டில் இறைவனுக்குப் படைப்பதில் மூன்று விஷயங்கள் கொண்டாடப்படுபவை: தேன், சந்தனம், தங்கம். ஏன் தெரியுமா? இவை மூன்றும் காலத்தால் கெடாதவை; தூய்மையானவை. எத்தனை ஆண்டுகள் ஆனாலும், தன் சுவை, மணம், நிறம் மாறாது.

குறிப்பாக, தங்கம் - சுற்றுப்புறத்தோடு கலக்காமல் தன் தனித்தன்மையைக் காத்துக்கொள்வதால், கடினமான இரும்புகூட காற்றோடு கலந்து துருப்பிடித்து வலிமை இழந்தாலும் தங்கம் மட்டும் மாறுவதே இல்லை.

இப்போதைக்கு, பணவீக்கத்தைத் தாண்டிய வருவாயைத் தரக்கூடிய முதலீடாக

பி.பி.எஃப் - பொது சேமநல நிதி இருப்பது உண்மைதான். எனினும், ஒருசில ஆண்டுகளுக்கு முன்னர் அப்படி அல்ல.

சொல்லப்போனால், இப்போதையை வட்டியைவிட அப்போது அதிக வட்டி கொடுத்தார்கள். ஆண்டுக்கு சுமார் 9 சதவிகிதம் வட்டி இருந்தபோதும், அன்றைய தேதியில் பணவீக்கம் அதைவிட அதிகமாக இரட்டை இலக்க எண்ணில் இருந்த காரணத்தால், உண்மையான வருவாயைவிட இழப்புதான் அதிகம்.

வருங்காலத்தில், இப்போதைய வட்டி விகிதம் (பணவீக்கத்தைப் பொறுத்து) மேலும் குறையலாம் அல்லது கூடலாம். அப்படியானால், இதைவிட அதிக ஆதாயம் வர வாய்ப்பு உள்ள முதலீடுகள் ஏதேனும் உண்டா? இருக்கின்றன. என்ன... கொஞ்சம் ரிஸ்க்கும் அதோடு சேர்ந்துவரும்.

அதற்கு முன்னர், பணவீக்கத்தோடு ஒப்பிடுகையில் நாம் எல்லோரும் மிகப் பாதுகாப்பாகக் கருதும் தங்கம், எப்படிப்பட்ட ஒரு முதலீடு என்பதைப் பார்த்துவிடலாம்.

கடந்த 400 ஆண்டுகளாக தங்கத்தின் விலையை ஆராய்ச்சி செய்ததன் அடிப்படையில், அமெரிக்கப் பல்கலைக்கழகப் பேராசிரியர் ஒருவர் வெளியிட்டுள்ள தகவல், 'தங்கத்தின் உண்மையான மதிப்பு, கூடவோ குறையவோ இல்லை; அப்படியேதான் இருக்கிறது.'

இதை ஓர் உதாரணத்தின் மூலம் தனது அறிக்கையில் விளக்குகிறார். '400 ஆண்டுகளுக்கு முன்னர், ஒரு கிராம் தங்கத்தைக்கொண்டு ஒரு பொருளை வாங்க முடியும். இன்று, அந்தப் பொருளின் விலை பன்மடங்கு அதிகரித்திருக்கும். இருப்பினும், இன்றும் அதே ஒரு கிராம் தங்கத்தைக்கொண்டு அந்தப் பொருளை வாங்க முடிகிறது' என்கிறார்.

இதில் இருந்து இரண்டு விஷயங்கள் தெளிவாகின்றன. ஒன்று, கடந்த 4,000 ஆண்டுகளில் தங்கத்தின் மதிப்பு கூடவே இல்லை. இரண்டு, தங்கத்தின் மதிப்பு கொஞ்சம்கூடக் குறையவில்லை.

வாங்கும் சக்தி, கொஞ்சம்கூடக் கூடாமலும் குறையாமலும் அதே அளவு இருக்கிறது என்றால், பணவீக்கத்துக்கு ஏற்ப ஈடுகொடுத்து தங்கத்தின் மதிப்பும் அதிகரித்துவருகிறது - மெள்ள மெள்ள!

எனவே, இதை இரண்டுவிதமாக அணுகலாம். பணவீக்கத்துக்கு எதிரான ஒரு 'ஹெட்ஜ்' ஆகப் பயன்படுத்தலாம். நம் சேமிப்பின் சிறு பகுதியை தங்கத்தில் முதலீடு செய்வதன்மூலம், பணவீக்கத்தின் கடும் தாக்குதலில் இருந்து நம்மைத் தற்காத்துக்கொள்ளலாம்.

பணவீக்கம் அதிகரிக்கும்போது அதற்கு ஏற்ப வேறு பல முதலீடுகள் அதிகரிக்காமல் போகலாம் அல்லது அதன் மீதான ஆதாயமோ வருவாயோ போதாமல் இருக்கலாம். ஆனால், தங்கம் அப்படி அல்ல. பொதுவாகவே பணவீக்கத்துக்கு ஈடாக தங்கத்தின் விலையும் நீண்ட கால அடிப்படையில் மாறவே செய்கிறது.

என்ன ஒரு சிக்கல்... தங்கத்தில் கொஞ்சமாவது முதலீடு செய்யலாம் எனத் தீர்மானித்த பிறகே எந்தவிதத்தில் முதலீடு செய்வது என்பதில் நம்மவர்களுக்கு பெரும் குழப்பம் வரும்.

தங்கம் ஒரு சேமிப்பா?

நல்ல கேள்வி. 'ஒரு நல்ல முதலீட்டுக்கான இலக்கணம் என்ன?' எனப் பட்டியலிடுவோமா!

பாதுகாப்பான முதலீடாக இருக்கவேண்டும். ஓரளவுக்குப் பணவீக்கத்தைத் தாண்டிய வருவாய் தரவேண்டும். நீண்டகால அடிப்படையில் திரும்ப எடுக்கும்போது, உபரியான ஆதாயம் இருந்தால் நல்லது. வரிச் சலுகைகள் ஏதாவது இருந்தால் உத்தமம்!

ஒவ்வொன்றாகப் பார்க்கலாம்.

தங்கம் பாதுகாப்பான முதலீடா என்றால், இன்றைய சூழலில் 'ஆம்' என்றுதான் சொல்லவேண்டும். அதனால்தான் பல வல்லரசுகள்கூட அதில் முதலீடு செய்திருக்கிறார்கள். ஆனால், எதிர்காலத்திலும் அப்படியே தொடருமா என்றால், சொல்ல முடியாது.

ஏதாவது கண்டுபிடிப்பால் அதிக அளவு தங்கம் கொட்டத் தொடங்கினால், அவ்வளவுதான். அலுமினியம்போல் ஆகிவிடும். அலுமினியம்கூட கண்டுபிடிக்கப்பட்ட புதிதில், அரசர்கள் மட்டுமே பயன்படுத்தும் உலோகமாக இருந்ததாகச் சொல்வார்கள்.

அது மட்டும் அல்ல, முதலீட்டுக்கு மட்டும் பாதுகாப்பு இருந்தால் போதுமா... உயிருக்கு? முதலீடு போனால் திரும்பக் கிடைக்கும். உயிர் போனால் கிடைக்குமா? செய்தித்தாள்களை அன்றாடம் படியுங்கள். ஆங்காங்கே கொலை, கொள்ளை என, விடுமுறைக்குக்கூட வீட்டைப் பூட்டிவிட்டு நிம்மதியாகப் போக முடியவில்லை. அதிகாலையில், இரவு வேளைகளில் சாலைகளில் தனியாகப் போக முடியுமா?

சில சமயங்களில் முதலுக்கே மோசம் விளைவிக்கக்கூடிய, உறவுச் சிக்கல்களை ஏற்படுத்தக்கூடிய அல்லது உயிரையே பறிக்கக்கூடிய முதலீடாகக்கூட தங்கம் மாறலாம். எனவே, பாதுகாப்பான முதலீடு என்பது காலங்காலமாக நம் மனதில் இருக்கும் ஒரு நம்பிக்கை, அவ்வளவுதான்.

அடுத்ததாக, பணவீக்கத்தைத் தாண்டிய வருவாய். ஒரு ஃபிக்சட் டெபாசிட்டில் பணம் போட்டால், மாதாமாதமோ கால் ஆண்டுக்கு ஒருமுறையோ வட்டி கொடுப்பார்கள். அதே மாதிரி, வீடு கட்டினால்

அதில் நாம் குடியிருக்கலாம் - வாடகை மிச்சம் அல்லது அதை வாடகைக்கு விடலாம் - வருமானம் வரும். நல்ல நிறுவனங்களின் பங்குகளில் முதலீடு செய்தால், ஈவுத்தொகையாக டிவிடெண்ட் வரலாம். பங்கின் விலையும் ஏற வாய்ப்பு உண்டு. ஆனால், தங்கத்தின் மீது?

எந்தவிதமான வருவாயும் இல்லாத முதலீடு, தங்கம். அதன் விலை ஏறுவதால் கிடைக்கக்கூடிய ஆதாயம் மட்டுமே நமக்கு லாபம். அதனால்தான் பிரபல முதலீட்டாளரான வாரன் பஃபெட் சொன்னார், 'பின்னாளில் விலை அதிகரித்தவுடன் இன்னொரு முட்டாள் வாங்குவார் எனும் நம்பிக்கையில் இன்று வாங்கும் முட்டாள் நாம்'. கொஞ்சம் கடுமையான வார்த்தைகள்தான். உண்மை சுடும்தானே!

கடைசியாக, நீண்டகால ஆதாயம். இன்றைய தேதியில் இதற் கான வாய்ப்பு இருக்கிறது. ஆனால், எவ்வளவு காலம் தொடரும் எனச் சொல்ல முடியாது. 'தங்கம், அரிதான ஒரு பொருள்' எனும் நிலை தொடரும் வரை, இந்த ஆதாயமும் தொடரும்.

அதுகூட பெரிய அளவில் இல்லை. நீண்டகால அடிப்படையில் பங்குச்சந்தை முதலீடும் ரியல்எஸ்டேட் முதலீடுகள் இந்தியாவில் அதைவிட அதிக ஆதாயத்தைத் தந்திருக்கின்றன. கடந்த 20 ஆண்டுகளில், தங்கம் சராசரியாக 10 சதவிகிதத்துக்கும் குறைவான வருவாயைக் கொடுத்திருக்கிறது. பங்குச்சந்தைக் குறியீடுகளோ சராசரியாக ஆண்டுக்கு சுமார் 16 சதவிகிதம் ஆதாயம் கொடுத்திருக்கின்றன.

தங்கத்தின் மீதான ஆதாயத்துக்கு ஆதாய வரி உண்டு. ஆனால், பங்குகளின் மீதான நீண்டகால ஆதாயத்துக்கோ நிறுவனங்கள் கொடுக்கும் ஈவுத்தொகைக்கோ ஒரு ரூபாய்கூட வருமான வரி கிடையாது. (ஆண்டுக்கு, 10 லட்சம் ரூபாய்க்கு மேல் ஈவுத்தொகை பெறுபவர்களுக்கு மட்டும் இந்த ஆண்டு முதல் வரி உண்டு.)

ஆக, எந்தவிதத்தில் பார்த்தாலும் தங்கம் நம்பர் ஒன் முதலீட்டுப் பொருளாக இருக்க முடியாது. அதே சமயம், சர்வ தேசப் பொருளாதாரத்தின் நிச்சயமற்ற தன்மை, பணவீக்கம் உள்ளிட்ட வேறு பல காரணங்களால், நம் முதலீட்டின் ஒரு சிறு பகுதியாக தங்கம் இருப்பது நிச்சயம் நல்லது.

ஆபரணத் தங்கத்தில் முதலீடு செய்யலாமா?

பொதுவாக நாம் எல்லோரும் விரும்புவது ஆபரணத் தங்கம். அது எவ்வளவு லாபகரமானது என்பதைப் பார்க்கலாம்.

தங்க நகைகள் வாங்கும்போது, நாம் என்னவெல்லாம் கொடுக்கிறோம்? கூலி, சேதாரம், கல் எடை. இவை மூன்றும் சேர்த்து 15 சதவிகிதத்தில் இருந்து 20 சதவிகிதம் வரை கழிவு ஆகலாம். கவுன்ட்டரில் இருப்பவர் ஒரு சின்னச் சிட்டையில் கணக்கு போட்டுக் காண்பிப்பார். இதில் தள்ளுபடி கேட்பார்கள் நம் மக்கள். உடனே கடைக்காரர் கால்குலேட்டரை வைத்து உலக மகா கணக்கு போட்டு சிறு தொகையைக் கழிப்பார்.

'எங்க அம்மா காலத்துல இருந்து இங்கேதான் வாங்குகிறோம்' எனப் பெருமையாகச் சொன்னதும், முதலாளியிடம் கூட்டிச் செல்வார். அவர் அதை ரவுண்ட் செய்து, மேலும் ஒரு மிகச் சிறு தொகையைக் கழிப்பார். இந்த நாடகம் முடிந்தவுடன், மிகுந்த மகிழ்ச்சியுடன் பணத்தைக் கொடுத்துவிட்டு நாம் வெளியே வருவோம். இப்படியாக, வாங்கும்போது சுமார் 25 சதவிகிதத்தில் இருந்து 30 சதவிகிதம் வரைகூட விலை அதிகம் கொடுக்கிறோம்.

நல்ல முதலீட்டுக்கு என்ன அழகு?

அதன் மதிப்பு கூடும்போது விற்று லாபம் பார்க்க வேண்டும் அல்லவா? என்றாவது விலை கணிசமாக அதிகரித்துவிட்டது என நகையை விற்று லாபத்தைப் பதிவுசெய்திருக்கிறோமா நாம்? 'மொதமொதலா அவுக வாங்கிக் கொடுத்தது', 'அப்பா கொடுத்த ராசி' என ஏதேனும் சால்ஜாப்பு சொல்லி, விற்கவே மாட்டோம். ரொம்பப்போனால், வேறு ஏதாவது நகையாக உருக்கி மாற்றுவோம். அப்புறம் என்ன முதலீடு அது?

ஒருவேளை நாமே சம்மதித்து விற்பதற்காக எடுத்துச் சென்றாலும், அன்று பார்த்து கடைக்காரர் வாங்கமாட்டார். 'எங்களுக்கு இன்று தேவை இல்லை. வேணும்னா வேற நகையா மாத்திக்குங்க' என்பார்.

மீண்டும் 25-ல் இருந்து 30 சதவிகிதம் இழப்பு. 'பெண்கள் தன் வாழ்நாளில் இரண்டு அல்லது மூன்று முறையாவது இப்படி நகையை மாற்றுகிறார்கள்' எனச் சொன்னார் நகைக் கடை வைத்திருக்கும் என் நண்பர் ஒருவர். அப்படியானால், ஒருவரின் வாழ்நாளில் மொத்தத்தில் 100 சதவிகிதம் இழப்புதானே!

‘அப்படினா, தங்க ஆபரணங்களை வாங்கவே கூடாது என்கிறீர்களா?’ எனக் கேட்காதீர்கள். அது உங்கள் இஷ்டம், உரிமை. ஆனால், அதை ஒரு நல்ல முதலீடு எனச் சொல்லிக்கொள்வது நம்மை நாமே ஏமாற்றிக்கொள்வதாகும். ‘சேலை, துணிமணி வாங்குவதுபோல அதுவும் நம் மனதுக்குப் பிடித்த ஒரு செலவு’ என்று வேண்டுமானால் சொல்லிக்கொள்ளலாம்.

‘ஆத்திர அவசரத்துக்கு அடமானம் வைக்கலாம் இல்லையா?’ எனக் கேட்பார்கள் சிலர். ‘வாங்கும்போதே இப்படி அபசகுனமாக நினைத்து, ஒரு முதலீடு செய்யலாமா?’ எனவும் திருப்பிக் கேட்கலாம். அவசரத் தேவைகளை பெரும்பாலும் காப்பீடுகொண்டு சந்திக்க வேண்டுமே தவிர, முறையாகத் திட்டமிடாமல் தேவை இல்லாத அவசர அடமானங்கள் மூலமாக அல்ல.

தங்க பவுன் காசுகள்?

நஷ்டம் கொஞ்சம் குறைவு என்றாலும், வாங்குகையில் இதில்கூட கூலி, சேதாரம், எல்லாம் உண்டு. விலைகூட கொஞ்சம் அதிகமாகவே இருக்கும். ஆனால், விற்கும்போது சந்தை விலையைவிடக் குறைவாகவே போகும். பல இடங்களில் அடமானத்துக்கும் இதை ஏற்பது இல்லை - இது நகை இல்லை என்பதால்.

முதலீடாகக் கருதி ஆபரணத் தங்கம் வாங்கினால், பணக்காரர் ஆகலாம். ஆனால், யார் என்பதுதான் கேள்வி? தியாகராய நகரில் 25 ஆண்டுகளுக்கு முன்னர் ஓரிரு மாடிக் கடைகளாக இருந்தன. இன்று? ஆனால், தங்கம் வாங்கப் போன நாம் மட்டும் அன்றும் அதே டுவீலர்; இன்றும் அதே டுவீலர். இல்லையெனில் கால்டாக்ஸி. தங்கம் வாங்கினால் பணக்காரர் ஆகலாமா, விற்றால் பணக்காரர் ஆகலாமா? நீங்களே முடிவு செய்துகொள்ளுங்கள்.

தங்கத்தை முதலீடாகக் கருதி முதலீடு செய்ய, வேறு வழிகள் இருக்கின்றன. தங்கத்தை முதலீடாக மட்டுமே பார்க்கும்பட்சத்தில் அவற்றில் முதலீடு செய்வதே நல்ல பலன் அளிக்கும். அவை என்ன என்பதைப் பார்க்கலாமா?

கோல்டு இ.டி.எஃப்., தங்கத்துக்கு ஈடான மாற்றுப் பத்திரங்கள், தங்கப் பத்திரங்கள் இவற்றில் சிலவற்றுக்கு வட்டி வருவாய் உண்டு. பங்குச்சந்தையில் பட்டியலிடப்படும். குறிப்பிட்ட வரிச் சலுகையும் உண்டு. அவை என்ன எனத் தெரிந்து முதலீடு செய்வது ஆபரணத் தங்கத்தைவிட ஆதாயம் தரும்.

8

இதுவரை தங்கத்தில் முதலீடுசெய்ய விரும்புகிறவர்களுக்கு உகந்த முதலீடாக கோல்டு ஈ.டி.எஃப். (Gold Exchange Traded Fund) இருந்து வந்தது.

ஆனால், இந்தத் திட்டத்தில் உள்ள பின்னடைவு... தங்கக் காசுகளைப்போலவே நீண்டகால ஆதாயம் ஒன்று மட்டுமே. இடைக்காலத்தில் இதன்மீது வட்டி வருவாய் ஏதும் கிடைக்காது.

இப்போது அரசு அறிமுகப்படுத்தி யிருக்கும் புதிய திட்டங்களில் வட்டி வருவாயும் உண்டு என்பதால், ஈ.டி.எஃப்-ஐ விட எவ்வளவோ பெட்டர்.

அவை:

1. இந்திய தங்கக் காசுகள்
2. தங்கத்துக்கு ஈடான மாற்றுப் பத்திரங்கள்
3. தங்கப் பத்திரங்கள்

இந்தத் திட்டங்களின் சாதக - பாதகங்கள் என்னென்ன?

1. இந்திய தங்கக் காசு:

தங்கத்திலேயே முதலீடு செய்பவர்களுக்கான சேமிப்பு இது.

ஒரு பக்கம் அசோகச் சக்கரமும் மறுபக்கம் மகாத்மா காந்தியின் உருவமும் பொறிக்கப்பட்ட, முற்றிலும் தூய்மையான 24 காரட் (999 ப்யூரிட்டி)ஹால்மார்க் காசுகள் இவை.

5 மற்றும் 10 கிராம்களில் கிடைக்கின்றன. 20 கிராம் காசு/ கட்டிகளும் விற்கப்படுகின்றன.

எம்.எம்.டி.சி., இந்தியன் ஓவர்சீஸ் வங்கி மற்றும் அங்கீகரிக்கப்பட்ட கடைகளின் மூலம் இவை விற்கப்படுகின்றன. முழு விவரமும் அரசின் indiangoldcoin.com இணையதளத்தில் கிடைக்கும். விலை கொஞ்சம் அதிகமாக இருக்கலாம் எனத் தோன்றுகிறது.

2. தங்க மாற்றுப் பத்திரம்
(Gold Monetization Scheme):

எந்தவித வருமானமும் இல்லாமல் நம் வீட்டில் சும்மா பூட்டிவெச்சிருக்கும் தங்கத்தை, நாட்டின் வளர்ச்சிக்குப் பயன்படுத்தும்விதமாக அதை வெளிக்கொண்டுவர, சென்ற ஆண்டு மத்திய அரசால் கொண்டுவரப்பட்ட திட்டம் இது. நமக்கும் அதில் நிறையப் பலன்கள் உண்டு.

'நம்மகிட்ட அவ்வளவு தங்கம் எங்க சார் இருக்கு?' என்கிறீர்களா... குறைந்தபட்சம் 30 கிராம் தங்கத்தைக்கூட இந்தத் திட்டத்தின் கீழ் டெபாசிட் செய்யலாம். அதாவது சுமார் 4 சவரனுக்கும் குறைவு.

'நல்லாயிருக்கே கதை... நம்ம கையில் இருக்கிற தங்கத்தை ஏன் அரசாங்கத்துக்கிட்ட ஒப்படைக்கணும்... பிரச்னை ஆகிடாதா?' என பலர் என்னிடம் கேட்பார்கள்.

நம் கையில் இருக்கும்போது அதன்மீது எந்தவிதமான வருமானமும் கிடையாது. சொல்லப்போனால் லாக்கர் எடுத்து, பணம் கட்டிப் பாதுகாக்க வேண்டும். வெட்டிச் செலவு. சரி...

shutterstock_44106274

செலவுக்கு யோசித்து வீட்டிலேயே அலமாரியில் வைத்தால், பீரோ புல்லிங் என திருட்டுப் பயம். ஜாலியாக ஹாலிடேகூடப் போக முடியாது. யாருக்கும் பிரயோஜனம் இல்லாமல் பூட்டிவைப்பதில் என்ன லாபம்? அதற்கு அரசிடம் ஒப்படைத்தாலாவது, நமக்கும் வட்டி வருவாய் கிடைப்பதோடு, அரசுக்கும் தங்க இறக்குமதி குறையும் என்பதால் அந்நியச் செலாவணி மிச்சம்.

நம் தங்கத்தை இந்தத் திட்டத்தின் கீழ் அரசிடம் ஒப்படைப்பது எப்படி?

நம் ஊரிலேயே இதற்கு என உள்ள அங்கீகரிக்கப்பட்ட சுத்திகரிப்பாளர்களிடம் நம் தங்கத்தைக் கொடுக்கவேண்டும். நாம் கொடுக்கும் தங்கக் காசுகள் மற்றும் ஆபரணங்களை உருக்கி சுத்தம் சோதனைசெய்வார்கள். இவை எல்லாம் நம் கண் முன்னே நிகழலாம். அல்லது வீடியோவில் பதிவுசெய்யப்படும். அதன் பின்னர் அதற்கு ஈடான சான்றிதழ் கொடுப்பார்கள். அதை வங்கியில் கொண்டுபோய் சமர்ப்பிக்க வேண்டும். எவ்வளவு தங்கம் நம்மிடம் இருந்து பெறப்பட்டது எனக் குறித்துக்கொண்டு, அந்த வங்கி நமக்கு ஒரு டெபாசிட் ரசீது கொடுக்கும்.

எவ்வளவு வட்டி கிடைக்கும்?

எந்த வருமானமும் இல்லாமல் வீட்டில் பூட்டித் தூங்கிக் கொண்டிருந்த தங்கத்தின் மதிப்பு மீது, வட்டி வருவாய் கிடைக்கும் என்பதுதான் இந்தத் திட்டத்தின் ஹைலைட்.

மூன்று ஆண்டுகளுக்கு உட்பட்ட திட்டத்துக்கு வங்கிகளே வட்டிவிகிதம் நிர்ணயம் செய்துகொள்ளலாம்.

5 ஆண்டுகள் முதல் 7 ஆண்டுகளில் முதிர்வடையக்கூடிய இடைக்கால வைப்புத் திட்டத்தின் மீது ஆண்டுக்கு 2.25 சதவிகிதம் வட்டி வழங்கப்படும்.

12 ஆண்டுகள் முதல் 15 ஆண்டுகளில் முதிர்வடையக் கூடிய

நீண்ட கால வைப்புத் திட்டத்தின் மீது ஆண்டுக்கு 2.50 சதவிகிதம் வட்டி வழங்கப்பட்டு வருகிறது.

எவ்வளவு நாட்களுக்கு ஒருமுறை வட்டி கிடைக்கும்?

ஆண்டுக்கு ஒருமுறை. மேலே சொன்ன சான்றிதழை வங்கிகள் பெற்றுக்கொண்டு தங்கத்துக்கு ஈடாக வைப்பு நிதியாக ரசீது கொடுப்பார்கள். தங்கத்தின் அன்றைய சந்தை விலையைக் கணக்கிட்டு, ஆண்டுக்கு ஒருமுறை மார்ச் 31-ம் தேதி அன்று இந்தத் தொகை மீதான வட்டி கணக்கிட்டுக் கொடுக்கப்படும்.

இதில் மிகக் குறுகியகாலத் திட்டத்தில் மட்டுமே தங்கமாகவே திரும்பப்பெறும் வசதி உண்டு. ஏனைய திட்டங்களில் திரும்பப் பெறும் தேதி அன்று, தங்கத்தின் சந்தை விலை என்னவோ அதைக் கணக்கிட்டு நம் கையில் கொடுப்பார்கள்.

இடையில் பணம் தேவைப்பட்டால், நம்மால் வெளியே எடுக்க முடியுமா... திரும்பப் பணம் பெறும் வசதி உண்டா?

5 ஆண்டுகள் முதல் 7 ஆண்டுகளில் முதிர்வடையக் கூடிய இடைக்கால வைப்புத் திட்டத்தில், குறைந்தபட்சம் 3 ஆண்டு களுக்குப் பின்னர் பணத்தை வெளியில் எடுக்கலாம்.

12 ஆண்டுகள் முதல் 15 ஆண்டுகளில் முதிர்வடையக்கூடிய நீண்டகால வைப்புத் திட்டத்தில் குறைந்தபட்சம் 5 ஆண்டுகளுக்குப் பின்னர் நம் பணத்தை வெளியில் எடுக்க முடியும்.

இந்தத் திட்டத்தின் கீழ் தங்கம் டெபாசிட் செய்ய உச்ச வரம்பு ஏதும் உள்ளதா?

அப்படி எதுவும் கிடையாது. எவ்வளவு தங்கம் வேண்டுமானாலும் டெபாசிட் செய்யலாம். அதற்கான அன்றைய சந்தை மதிப்பின் மீதான வட்டி நமக்குத் தொடர்ந்து கிடைக்கும்.

காலகட்டம் முடிந்து முதிர்வடையும்போது, அன்றைய தேதியில் இந்தத் தங்கத்தின் சந்தை விலை என்னவோ, அந்தத் தொகை நமக்கு பணமாகத் திருப்பித் தரப்படும்.

3 ஆண்டுகால குறுகிய கால வைப்பு நிதியில் மட்டும் தங்கமாகவே திரும்பப்பெறும் வசதியும் உண்டு. ஆனால், டெபாசிட் செய்யும்போதே தங்கமாகத்தான் திரும்ப வேண்டும் எனச் சொல்லிவிட வேண்டும்.

இப்படி பல பலன்களும் கூடியது இந்தத் திட்டம் என்றாலும், தங்க நகைகளை உருக்கி ஒப்படைக்க, நம்மில் எத்தனை பேர் ஒப்புக் கொள்வார்களோ தெரியாது. அதோடு, அங்கீகரிக்கப்பட்ட சுத்திகரிப்பாளர்கள் பெரும் நகரங்களில் மட்டுமே உள்ளனர். எனவே, சின்ன ஊர்களில் இவர்கள் இல்லாததால், நடைமுறை சிக்கல்களும் இருக்கவே செய்கின்றன.

எனவே, பெரும் பணக்காரர்கள் அல்லது கோயில்களுக்கு மட்டுமே ஏற்ற திட்டமாக இது தோன்றுகிறது.

3. அரசு தங்கப் பத்திரங்கள்:
(Sovereign Gold Bonds Scheme)

தங்கத்தை வெறும் முதலீடு என்ற நோக்கத்தில் மட்டுமே அணுகி அதில் முதலீடு செய்யவேண்டும் என நீங்கள் நினைத்தால்... அப்போ திட்டங்களிலேயே இதுதான் சூப்பர் முதலீடு.

மத்திய அரசின் சார்பாக, மத்திய ரிசர்வ் வங்கியே வெளியிடும் தங்கப் பத்திரங்கள் இவை. எனவே, மிகவும் பாதுகாப்பான முதலீடு.

இந்தத் திட்டம் எவ்வாறு செயல்படுகிறது?

ஒவ்வொரு கிராம் தங்கத்துக்கு இணையாக ஒரு தங்கப் பத்திரம் வெளியிடப்படும். நாம் அதில் முதலீடு செய்யலாம். எவ்வளவு வேண்டுமோ அத்தனை யூனிட்டுக்களுக்கான பணத்தைக் கொடுத்து வாங்கிக்கொள்ளலாம். நம் முதலீட்டுக்கு இணையாக தங்கப் பத்திரச் சான்றிதழ் நமக்கு வழங்கப்படும்.

மாதாந்திரத் தங்க சீட்டு போட்டுவரும் குடும்பத் தலைவிகள் கவனத்துக்கு...

ஆரம்பத்தில் சொன்னதுபோல நீண்டகால அடிப்படையில் தங்கம் என்பதே நல்ல முதலீடா என்பது கேள்விக்குறிதான். இது ஒருபக்கம் இருந்தாலும், பணவீக்கத்தைக் கவனத்தில்கொண்டு பார்க்கையில், நம் சேமிப்பில் ஒரு சிறுபகுதியாவது தங்கத்தில் முதலீடாக இருக்க வேண்டும் என்பதில் மாற்றுக் கருத்து இருக்க முடியாது.

திருமணம் போன்ற தேவைகளுக்காகச் சேமிக்க வேண்டும் என்னும் நடுத்தட்டு மக்கள், சிறு சிறு முதலீடாக, ரெக்கரிங் டெபாசிட் போல (எஸ்.ஐ.பி முறையில்) மாதாமாதம் சில யூனிட்டுக்களை வாங்கிச் சேர்க்கலாம். முதலீட்டுக்கு சிறு வட்டியும் கிடைக்கும். விலை ஏற்றத்தால் கிடைக்கும் லாபத்திலும் பங்கு பெறலாம்.

விலை இறங்கும் ரிஸ்க் இருந்தாலும், கூலி சேதாரம் போன்ற இழப்புகள் இல்லை என்பதால், நேரடியாக தங்கத்தில் முதலீடு செய்வதைவிட இது நிச்சயம் பெஸ்ட்.

நாம் முதலீடாகக் கட்டும் பணத்துக்கு ஈடாக, தங்கப் பத்திரங்களாகத்தான் கொடுப்பார்களா... எலெக்ட்ரானிக் முறையில் டீமேட் கணக்கில் பெறமுடியுமா?

சர்டி.ஃபிகேட்டாக இல்லாமல், எலெக்ட்ரானிக் முறையில் (காகிதம் இல்லா டீமேட் கணக்கில்) பெறும் வசதியும் இந்தத் திட்டத்தில் உண்டு.

இந்தத் திட்டத்தில் நமக்கு என்ன ஆதாயம்?

தங்கத்தின் சந்தை விலைக்கு ஏற்ப இந்தப் பத்திரங்களின் விலையும் ஏற்ற இறக்கங்களுடன் இருக்கும். தங்கம் விலை அதிகரிக்கும்போது அதற்கு ஈடாக நம் பத்திரங்களின் மதிப்பும் கூடும்.

மேலும் ஆண்டுக்கு 2.75 சதவிகிதம் வட்டி வருவாயும் உண்டு. கரும்பு தின்னக் கூலி என்பார்களே... அதுபோல. ஆறு மாதங்களுக்கு ஒரு முறை இந்த வட்டி நம் வங்கிக் கணக்கில் வரவு வைக்கப்படும்.

குறைந்தபட்சம் எவ்வளவு முதலீடு செய்யலாம்?

ஓர் ஆண்டில், தனி நபர், குறைந்தபட்சம் 2 கிராமில் இருந்துகூட முதலீடு செய்யலாம்.

அதிகபட்சம் எவ்வளவு முதலீடு செய்யலாம்?

தனி நபர், ஆண்டு ஒன்றுக்கு அதிகபட்சமாக 500 கிராம் வரை முதலீடு செய்யலாம். அதேமாதிரி, ஒரு குடும்பத்தில் நான்கு பேர் இருக்கிறார்கள் என்றால், அவர்கள் ஆளுக்கு தலா 500 கிராம் அளவுக்குப் பத்திரங்கள் வாங்கலாம். அதாவது ஒரு குடும்பம் மொத்தமாக 2 கிலோ வரை முதலீடு செய்யலாம்.

வாங்கும்போதும் மறுபடியும் விற்கும்போதும் பணமாகவே கொடுக்கல் வாங்கல் இருக்கும். அதாவது, பணம் கொடுத்து இந்தப் பத்திரங்களை வாங்க வேண்டும்; மறுபடியும் விற்கும்போது பணமாகவே மட்டுமே திரும்பக் கிடைக்கும். தங்கமாக இல்லை.

விண்ணப்பங்கள் எங்கு கிடைக்கும்...
இந்தத் திட்டத்தில் சேர யாரை அணுக வேண்டும்?

குறிப்பிட்ட இடைவெளியில் மத்திய அரசு இந்தத் தங்கப் பத்திரங்கள் திட்டத்தில் முதலீடு செய்வதற்கான அறிவிப்பை வெளியிடும். அப்போது குறிப்பிட்ட சில வங்கிகள், அஞ்சலகங்கள், மத்திய அரசு நிறுவனமான ஸ்டாக் ஹோல்டிங் கார்ப்பரேஷன் உள்ளிட்ட சில அலுவலகங்களில் இதற்கான விண்ணப்பங்கள் கிடைக்கும். பங்குச் சந்தையில் பட்டியலிடப்பட்டிருக்கும் இந்தப் பத்திரங்களின் யூனிட்டுகளிலும் முதலீடு செய்யலாம்.

இந்தப் பத்திரங்கள் எத்தனை ஆண்டுகளில் முதிர்வடையும்...
பணம் எப்போது திரும்பக் கிடைக்கும்?

8 ஆண்டுகளில் முதிர்வடையும். முதிர்வடையும் ஒரு மாதம் முன்பே நமக்கு கடிதம் மூலமாகத் தகவல் தெரிவிப்பார்கள்.

இடையில் பணம் தேவைப்பட்டால்?

முதிர்வடையும் முன்பே, இடையில் பணம் தேவைப்படின், 5-ம் ஆண்டில் இருந்தே பணம் திரும்பப்பெறும் வசதியும் உண்டு. அது மட்டும் அல்ல... பத்திரங்கள் பங்குச் சந்தையில்

பட்டியலிடப்படும் என்பதால், இடையில் பணம் தேவைப்படு பவர்கள் அங்கு விற்று காசாக்கிக் கொள்ளும் வசதியும் உண்டு.

இந்தப் பத்திரங்கள் பெயரில் அடமானம் வைத்து, கடன் வாங்க முடியுமா?

சந்தையில் ஒரு வேளை விலை குறைவாக இருந்து அதன் காரணமாகப் பத்திரங்களை இப்போதைக்கு விற்கவேண்டாம் என நினைத்தால், அவற்றின் மீது கடன் பெறவும் முடியும். ஆபரணத் தங்கத்தைப்போலவே, இந்தப் பத்திரங்கள்மீதும் குறைந்த வட்டியில் கடன்பெறும் வசதியும் உண்டு.

இந்தப் பத்திரங்கள் ஈட்டும் வட்டியின் மீது வருமான வரி உண்டா?

வரிப் பிடித்தம் (TDS - Tax Deducted at Source) ஏதும் இருக்காது. ஆனால், வழக்கமான வருமான வரி ஏதாவது நமக்கு உண்டு என்றால், அதன் அடிப்படையில் நாம் கட்ட வேண்டியிருக்கலாம்.

இந்தத் திட்டம் குறித்த முழு விவரங்களுக்கு: http://finmin.nic.in/swarnabharat/sovereign-gold-bond.html

https://www.rbi.org.in/Scripts/FAQView.aspx?Id=109

https://www.nseindia.com/products/content/equities/sgbs/FAQ.pdf

http://www.bseindia.com/downloads1/SGB_Brochure.pdf

9

வருமான வரி இல்லாமல் ஆண்டுக்கு 16 சதவிகித வருமானம் பெற முடியுமா?

நீண்டகால அடிப்படையில் பார்த்தால், பணவீக்கத்தால் நமக்கு ஏற்படும் இழப்புக்கு ஈடாக ஆதாயத்தைத் தருவதாக தங்கம் இருந்தாலும், அந்த ஆதாயத்தின் மீது நாம் ஆதாய வரி கட்ட வேண்டும் என்பதால், அதைவிட பி.பி.எஃப் எனும் 'பொது சேமநல நிதி' நிச்சயமாக ஒருபடி மேலான முதலீடு.

அரசுத் திட்டம் என்பதால் பி.பி.எஃப் மிகப் பாதுகாப்பானது. உயிர் பயம் / திருட்டு பயம் இல்லை. இவை எல்லாவற்றையும்

விட மிக முக்கியமாக E-E-E வருமான வரிச் சலுகை உள்ள மிகச் சில முதலீடுகளுள் பி.பி.எஃப்-ம் ஒன்று.

இருப்பினும், பி.பி.எஃப்-ல் உள்ள ஒரே சிக்கலும் சிறப்பும் அதன் 15 ஆண்டுகால முதிர்வுகாலம். நம் சேமிப்பை நீண்டகாலம் கட்டிப்போடும். இது ஒருவிதத்தில் நல்லது என்றாலும், பணப்புழக்கம் அதிகம் இல்லாத முதலீட்டாளர்களுக்கு இது ஏற்றது அல்ல.

பி.பி.எஃப்-ல் உள்ளதுபோலவே Exempt - Exempt - Exempt அடிப்படையில், நாம் போடும் முதலீட்டுக்கும் வருமான வரி விலக்கு, அதன்மீது நாம் ஈட்டும் வருமானத்துக்கும் வரி விலக்கு, மீண்டும் திரும்பப் பெறும் தொகை மீதும் வருமான வரி விலக்கு என மூன்று சலுகைகளும் உள்ள வேறு முதலீடு ஒன்று இருந்தால், அதே சமயத்தில் பி.பி.எஃப்-ஐவிடக் குறைந்த காலத்தில் முதிர்வடையக்கூடியதாக அமைந்தால் எவ்வளவு நன்றாக இருக்கும்?

அதற்காகத்தான் இருக்கிறது ELSS. Equity Linked Savings Scheme என்பதன் சுருக்கமே இ.எல்.எஸ்.எஸ். இது ஒருவகை மியூச்சுவல் ஃபண்ட். பி.பி.எஃப்-போல 15 ஆண்டுகள் காத்திருக்கத் தேவை இல்லை. இந்தத் திட்டத்தில் மூன்றே ஆண்டுகளில் நம் முதலீட்டைத் திரும்பப் பெறலாம்... முழு வரி விலக்குடன். சுவாரஸ்யம் தட்டுகிறதா?

இந்தத் திட்டத்தைப் பற்றி முழுவதுமாகத் தெரிந்துகொள்ளும் முன்னர், மியூச்சுவல் ஃபண்ட் என்றால் என்ன என்பதைத் தெரிந்துகொள்வது அவசியம். அதுதான் அடிப்படை. சிலருக்குத் தெரிந்திருக்கலாம் என்றாலும், பெரும்பாலோருக்குத் தெரிந்திருக்க வாய்ப்பு இல்லை. அதிகம் தெரியாத காரணத்தால், நம் நாட்டில் இரண்டு சதவிகிதத்துக்கும் குறைவானோரே இந்த மாதிரி திட்டங்களில் முதலீடு செய்கின்றனர்.

பொதுவாக முதலீட்டுக்கான சூத்திரம் இதுதானே...

1. குறைந்த ரிஸ்க்   =   குறைந்த வருவாய்
2. மீடியம் ரிஸ்க்   =   மீடியம் வருவாய்
3. அதிக ரிஸ்க்   =   அதிக வருவாய்

ஆனால், நம்மில் பெரும்பாலோரின் ஆசை என்ன?

குறைந்த ரிஸ்க் = அதிக வருவாய்.

ஆனால், பிராக்டிக்கலாக அது சாத்தியமா? கொஞ்சம் கால்குலேட்டட் ரிஸ்க் எடுத்தால் இந்த ஃபார்முலாவை இப்படிக் கொஞ்சம் மாற்றலாம்.

மீடியம் ரிஸ்க் = அதிக வருவாய்க்கான வாய்ப்பு.

மியூச்சுவல் ஃபண்ட் முதலீடு இதைத்தான் செய்கிறது. நம்மைப்போல பலருக்கும் முதலீடு செய்ய வேண்டும் எனும் எண்ணம் இருக்கும். பணவீக்கத்தைத் தாண்டிய ஆதாயமும் வருமானமும் வேண்டும் எனும் ஆசை இருக்கும். ஆனால், நம் சேமிப்பை முறையாக எப்படி முதலீடு செய்வது என வரும்போது ஒரு குழப்பம் ஏற்படும்.

வருவாய் கொஞ்சம் குறைவாக இருந்தாலும் நல்ல கடன் பத்திரங்களில் முதலீடு செய்யலாமா இல்லை பங்குச்சந்தையில் ரிஸ்க்

எடுக்கலாமா எனும் தயக்கம் இருக்கவே செய்யும்.

அப்படியே நேரடியாக ஷேர் மார்க்கெட்டில் முதலீடு செய்ய நினைத்தாலும், எந்தெந்தக் கம்பெனிப் பங்குகளில் முதலீடு செய்வது, ஒவ்வொரு பங்கிலும் எவ்வளவு தொகை முதலீடு செய்வது, எவ்வளவு நாட்களுக்கு /ஆண்டுகளுக்கு முதலீடு செய்வது, நம் தினசரி அலுவல்களுக்கு இடையே இவற்றை எல்லாம் எப்படி மானிட்டர் செய்வது என மலைப்பாக இருக்கும். விரைவில் ஒரு முடிவுக்கு வர முடியாது.

shutterstock_377320969

நம் அன்றாட வாழ்க்கையில் இவற்றுக்கு எல்லாம் எங்கே நமக்கு நேரம் இருக்கிறது என்ற எண்ணம்கூட பலருக்கு எழலாம். அதற்காக நல்ல வருவாய் தரக்கூடிய முதலீட்டைத் தவிர்க்க முடியுமா என்ன?

நம் சார்பாக, இவற்றை எல்லாம் யாராவது நம்பிக்கையானவர்கள், இந்தத் துறையில் பல ஆண்டுகள் அனுபவமிக்கவர்கள், விவரமானவர்கள் பார்த்துக்கொண்டால் எவ்வளவு நன்றாக இருக்கும்?

அதைத்தான் செய்கின்றன மியூச்சுவல் ஃபண்டுகள்.

நம்மைப் போன்ற பலர் கொடுக்கும் பணத்தை ஒன்றாகத் திரட்டி, பங்குகளிலோ, பாண்டு/டிபென்ச்சர் போன்ற கடன் பத்திரங்களிலோ முதலீடு செய்வார்கள். அந்த முதலீட்டின் மதிப்பு உயரும்போது நமக்கு ஆதாயம் கிடைக்கும். அந்த ஆதாயத்தை அவ்வப்போது டிவிடென்ட்டாகவோ அல்லது ஒட்டுமொத்தமாக வெளியே எடுக்கும்போதோ நமக்குக் கொடுப்பார்கள்.

நாம் முதலீடு செய்யும் பணத்துக்கு ஈடாக மியூச்சுவல் ஃபண்ட் யூனிட்டுகளை நம்மிடம் கொடுப்பார்கள் அல்லது அந்த யூனிட்டுகள் நம் கணக்கில் வரவு வைக்கப்படும்.

மொத்த முதலீட்டின் மதிப்பு உயரும்போது நம் யூனிட்டுகளின் மதிப்பும் கூடும். நமக்கு பணம் வேண்டும் எனும்போது

அவர்களிடம் யூனிட்டுகளைத் திரும்பக் கொடுத்தால், அதைப் பெற்றுக்கொண்டு அன்றைய தேதியில் நம் யூனிட்டுகளின் மதிப்பு என்னவோ அதற்கு ஈடான தொகையை நம்மிடம் திரும்பக் கொடுப்பார்கள்.

மியூச்சுவல் ஃபண்ட் திட்டங்களை அடிப்படையில் மூன்று வகையாகப் பிரிக்கலாம். அவை:

1. ஈக்விட்டி ஃபண்ட் - பங்குச்சந்தை முதலீட்டுத் திட்டம்

2. டெப்ட் ஃபண்ட் - கடன் பத்திரங்களில் முதலீடு செய்யும் திட்டம்.

3. பேலன்ஸ்டு ஃபண்ட் - கொஞ்சம் பங்குகளில், கொஞ்சம் கடன் பத்திரங்களில் என இரண்டும் இணைந்த திட்டம்.

இவற்றில் எது நமக்கு ஏற்றது?

ஈக்விட்டி ஃபண்ட்

அதிக வருவாய் வரும் எனில் ரிஸ்க் எடுக்கத் தயார் என்பவர்களுக்கான திட்டம் இது. நம்மிடம் இருந்து திரட்டப்படும் பணம் முழுவதும் அல்லது அதன் பெரும்பகுதியை, பங்குச் சந்தையில் வணிக நிறுவனங்களின் பங்குகளில் முதலீடு செய்வார்கள். பங்குகளின் விலை ஏற்ற-இறக்கங்களுக்கு ஏற்ப இந்தத் திட்டத்தின் நிகரச் சொத்து மதிப்பும் கூடும் அல்லது குறையும். நம் யூனிட்டுகளின் மதிப்பும் அப்படியே. மேலே சொன்ன மூன்று திட்டங்களில் கொஞ்சம் ரிஸ்க் அதிகமானது இது என்றாலும், வருவாயும் அதிகம் வரும்.

2008-ம் ஆண்டில் பங்குச்சந்தைகள் சரிந்தபோது, பாதிக்கு மேல் அதாவது 50 சதவிகிதத்துக்கு மேல் வீழ்ச்சியைச் சந்தித்த திட்டங்கள் உண்டு. அதன் பின்னர் அடுத்த ஆண்டே அதைவிட இரு மடங்கு லாபம் கொடுத்த மியூச்சுவல் ஃபண்ட் திட்டங்களும் இதில் அடக்கம். இந்தத் திட்டத்தில் பல உட்பிரிவுகள் உண்டு. எனினும் முக்கியமானவை இரண்டு. பல துறை சார்ந்த நிறுவனப் பங்குகளில் பணத்தை முதலீடு செய்யும் திட்டத்தை 'டைவெர்சிஃபைடு மியூச்சுவல் ஃபண்ட்' என்பார்கள். அதற்கு நேர் மாறாக, வங்கித் துறை அல்லது ஃபார்மா துறை என ஒரே ஒரு துறை சார்ந்த நிறுவனங்களின் பங்குகளில் மட்டுமே முதலீடு செய்யக்கூடிய திட்டங்களை, 'செக்டோரல் ஃபண்ட்' என்பார்கள். ஒரே துறை பங்குகளில் முதலீடு செய்யக்கூடிய செக்டோரல் ஃபண்ட்களைவிட டைவெர்சிஃபைடு திட்டங்களில் ரிஸ்க் கொஞ்சம்

மியூச்சுவல் ஃபண்டில் முதலீடு செய்வதால் நமக்குக் கிடைக்கும் பலன்கள்!

- பங்குச்சந்தையில் நேரடியாக நுழைய நேரம் இல்லாதவர்களுக்கும், முதலீடுகளின் சாதக - பாதகங்களை அலசி ஆராய முடியாதவர்களுக்கும் ஏற்றது.
- பங்குச்சந்தை முதலீட்டைப் புரிந்துகொள்ள சிரமப்படுபவர்களுக்கு, முதல்முறை முதலீடு செய்பவர்களுக்குச் சுலபமானது.
- இந்தத் துறையில் பல ஆண்டுகள் அனுபவமிக்கவர்களால் நிர்வகிக்கப்படுகிறது; ஒளிவுமறைவு அற்ற முறையில் நிர்வகிக்கப் படுகிறது. நம் பணம் எதில் முதலீடு செய்யப்பட்டிருக்கிறது என அவ்வப்போது அவர்களது இணையதளத்தில் வெளியிடப்படும்.
- பங்குகளைப்போலவே உடனடியாக விற்றுக் காசாக்க எளிதானது.
- செபி அமைப்பால் நெறிமுறைப்படுத்தப்பட்டு கடும் சட்டத்திட்டங்களுக்கு உட்பட்டுச் செயல்பட்டு வருகின்றன.
- இவை எல்லாவற்றையும்விட மிக முக்கியமாக, வருமான வரிவிலக்கு மற்றும் நீண்டகால ஆதாய வரிச் சலுகை.

குறைவு. சமீபத்தில் வங்கித் துறை சந்தித்த கடும் சோதனைகளால் இந்தத் துறை சார்ந்த சில திட்டங்களின் சொத்துமதிப்பு பாதிக்குப் பாதியாகக் குறைந்தது. டைவெர்சிஃபைடு திட்டங்களில் பெரும்பாலும் அப்படி நடப்பது குறைவு. பல துறைகளாகப் பிரித்து முதலீடு செய்வதால், அதிக ஆதாயத்துக்காக அதிக ரிஸ்க் எடுக்க

விரும்பும் இளம்வயதினர் செக்டோரல் ஃபண்ட்களில் முதலீடு செய்யலாம். ஏனையோர் தவிர்ப்பது நல்லது.

இந்தத் திட்டத்தின்மீது முதலீட்டாளர்களுக்குக் கிடைக்கும் டிவிடென்ட்டுக்கு வருமான வரிக் கிடையாது. முதலீடு செய்து ஓர் ஆண்டுக்குப் பின்னர் திரும்ப எடுக்கும்போது கிடைக்கும் ஆதாயம் முழுமைக்கும், ஆதாய வரியோ வருமான வரியோ கிடையாது என்பது ஊக்க போனஸ் அல்லவா!

டெப்ட் ஃபண்ட்

பாதுகாப்பான முதலீடு வேண்டும் என்பவர்களுக்கானது 'டெப்ட் ஃபண்ட். இந்தத் திட்டத்தின்மூலம் நம்மிடம் இருந்து திரட்டப்படும் பணம் முழுவதும் அல்லது அதன் பெரும்பகுதி கடன் பத்திரங்களில் முதலீடு செய்யப்படும். கடன் பத்திரங்கள் மீது வரக்கூடிய வட்டி வருவாயோடு, கடன் பத்திரங்களின் விலை அதிகரித்தால் அந்த ஆதாயமும் நமக்குக் கிடைக்கும். சில சமயங்களில் கடன் பத்திரங்களின் விலை குறையவும் செய்யலாம். அப்போது நம் யூனிட்டுகளின் மதிப்பும் சற்றே குறையும் வாய்ப்பு இருக்கிறது. ஆனால், அப்படி பெரிதாகக் குறைந்துவிடாமல் நிர்வகிப்பதற்காகவே அனுபவமிக்க வல்லுநர்களான 'ஃபண்ட் மேனேஜர்'களை அமர்த்தியிருப்பார்கள். ஈக்விட்டி ஃபண்ட்-டோடு ஒப்பிட்டுப் பார்க்கையில் இதில் வருவாய் குறைவுதான். பெரும்பாலும் வங்கிகள் கொடுக்கும் ஃபிக்ஸட் டெபாசிட் வட்டியைவிடச் சற்று அதிகமாக இருக்கலாம். அவ்வளவுதான்.

ஈக்விட்டி மியூச்சுவல் ஃபண்ட் திட்டங்களுக்கு இருப்பதைப்போல, வருமான வரிச் சலுகைகள் எதுவும் பெரிதாக இல்லை என்பது நெகட்டிவ்.

பேலன்ஸ்டு ஃபண்ட்

பெயரிலேயே இருப்பதுபோல ரிஸ்க் மற்றும் ரிட்டர்ன் இரண்டையும் கணக்கில் எடுத்துக்கொண்டு, பேலன்ஸ்டாக கொஞ்சம் ரிஸ்க், கொஞ்சம் பாதுகாப்பு, அதற்கு ஏற்ற வருவாய் எனும் அடிப்படையில் செயல்படும் திட்டம்.

நம்மிடம் இருந்து திரட்டப்படும் நிதியில் ஏறத்தாழ பாதி பங்குச்சந்தையிலும், மீதி கடன் பத்திரங்களிலும் என முதலீடு செய்வார்கள். பங்குகளின் விலை எப்போதாவது கொஞ்சம் சரிந்தாலும்கூட கடன் பத்திரங்கள் ஈட்டும் வட்டி வருவாய்

அந்த நஷ்டத்தை ஓரளவுக்கு ஈடுகட்டும். எனவே, முழுவதும் பங்குச்சந்தை சார்ந்த ஈக்விட்டி திட்டத்தில் இருக்கும் அளவு ரிஸ்க் இதில் இல்லை. கொஞ்சம் குறைவுதான். நல்ல தரக் குறியீட்டுடன் உள்ள நல்ல நிறுவனங்களின் கடன் பத்திரங்களாக இருக்கும்பட்சத்தில் நம் முதலீட்டைப் பற்றி அதிகம் கவலைப்படத் தேவை இல்லை.

ஈக்விட்டி ஃபண்ட் போலவே, இந்தத் திட்டத்தின் மீது முதலீட்டாளர்களுக்குக் கிடைக்கும் டிவிடென்ட்டுக்கும் வருமான வரிக் கிடையாது. முதலீடு செய்து ஓர் ஆண்டுக்குப் பின்னர் திரும்ப எடுக்கும்போது கிடைக்கும் ஆதாயம் முழுமைக்கும் ஆதாய வரியோ, வருமான வரியோ கிடையாது.

ELSS திட்டத்தில் நாம் முதலீடு செய்வதால் என்ன ஆதாயம் என்பது அடுத்த அத்தியாயத்தில்!

10

வரிச்சலுகைத் திட்டங்களிலேயே முழுப் பாதுகாப்புடன் ஓரளவு வருவாயைத் தருவது பி.பி.எஃப் என்றால், அதே வரிச்சலுகைகளுடன் ஆனால், அதைவிட அதிக வருவாய் தரும் சாத்தியங்களுடன்கூடிய ஒரு முதலீட்டுத் திட்டம்தான் இ.எல்.எஸ்.எஸ்.

பி.பி.எஃப் போன்ற உத்தரவாதத்துடன் கூடிய முதலீடுகள் ஆண்டுக்கு சராசரியாக 8 சதவிகித வருவாய் தருகிறது என்றால், இ.எல்.எஸ்.எஸ் திட்டங்களில் சில அதைவிட 50 சதவிகிதம் அதிக வருவாயைக் கொடுத்திருக்கின்றன. அதாவது, சராசரியாக ஆண்டுக்கு 12 சதவிகித வருவாய், வருமான வரி ஏதும் இல்லாமல்!

இந்தத் திட்டத்தில் உள்ள ரிஸ்க் என்ன... ஆதாயம் என்ன?

இதில் சந்தையின் ஏற்ற-இறக்கத்துக்கு ஏற்ப லாபம் அமையும். ஏனெனில், நாம் கொடுக்கும் பணத்தின் பெரும்பகுதி நம் சார்பாக பங்குச்சந்தைகளில்தான் முதலீடு செய்யப்படுகிறது. எனவே, சில நேரங்களில் குறுகிய கால அடிப்படையில் இழப்பும் நேரலாம். உறுதியிட்டுச் சொல்வதற்கு இல்லை.

ஆனால், பெரும்பாலான திட்டங்கள் நீண்டகால அடிப்படையில் ஓரளவுக்கு நல்ல லாபத்தையே கொடுத்துவந்திருக்கின்றன. நல்ல சீரான நிர்வாகத்துடன் நீண்டகாலமாகச் செயல்பட்டுவரும் மியூச்சுவல் ஃபண்ட் நிறுவனத்தின் இ.எல்.எஸ்.எஸ் திட்டத்தைத் தேர்ந்தெடுப்பது நல்லது. இதற்கு என நியமிக்கப்பட்டிருக்கும் நிதி ஆலோசகர்களை அணுகி ஆலோசனை பெற்று, நல்ல திட்டத்தைத் தேர்ந்தெடுப்பதன் மூலம் இழப்பைக் குறைத்து லாபத்துக்கான வாய்ப்பை அதிகரிக்கலாம்.

யார் முதலீடு செய்யலாம்?

தனிநபர் பெயரிலோ, கணவன் - மனைவி - பெற்றோர் என ஜாயின்ட்டாக இரண்டு அல்லது மூன்று பேர் பெயர்களிலோ முதலீடு செய்யலாம்.

18 வயது நிரம்பாத மைனர்களின் பெயர்களிலும் முதலீடு செய்து, நமக்கு வரிச்சலுகை பெறலாம். இந்து கூட்டுக் குடும்பங்களின் பெயரிலும் முதலீடு செய்யமுடியும்.

இந்தத் திட்டத்தில் நாமினேஷன் வசதி உண்டா?

உண்டு. ஒன்றுக்கு மேற்பட்டவர்களை நாமினேட் செய்யலாம். நமக்குப் பிறகு நம் இரண்டு அல்லது மூன்று குழந்தைகளுக்குப் போய்ச் சேரவேண்டும் என நினைத்தால், அதே மாதிரி நாமினேஷன் செய்யமுடியும்.

அதுமட்டும் அல்ல, ஒவ்வொருவருக்கும் இந்த முதலீட்டில் எத்தனை சதவிகிதம் போய்ச் சேரவேண்டும் எனவும் குறிப்பிட முடியும். அதாவது, ஆளுக்கு இரண்டு அல்லது மூன்றில் ஒரு பங்கு என்றோ அல்லது அதில் ஒருவருக்கு மட்டும் கொஞ்சம் அதிகமாக 50 சதவிகிதம் எனவும், மீதம் இருவருக்கும் ஆளுக்கு தலா 25 சதவிகிதம் எனவும் மாற்றிக்கொள்ளலாம்.

இந்தத் திட்டத்தில் குறைந்தபட்ச முதலீடு எவ்வளவு?

பொதுவாக குறைந்தபட்ச முதலீடு 500 ரூபாய் மட்டுமே. இந்தத் திட்டத்தில் முதலீடு செய்ய உச்சவரம்பு ஏதும் இல்லை. எனினும், 1.50 லட்சம் ரூபாய் வரை மட்டுமே முதலீட்டின் மீதான வரிச்சலுகைக்குப் பயன்படும்; அதுவும் காப்பீடு போன்ற இதர முதலீடுகளையும் சேர்த்து!

வரிச்சலுகை பெற, மொத்தத் தொகையையும் ஒரே நேரத்தில் முதலீடு செய்யவேண்டுமா?

இல்லை, அது நம் விருப்பம். 1.50 லட்சம் ரூபாயையும் மொத்தமாக ஒரே நேரத்திலும் முதலீடு செய்யலாம் அல்லது மாதாமாதம் 12,500 ரூபாயாகவும் ரெக்கரிங் டெபாசிட்போல தவணைமுறையில் முதலீடு செய்யலாம்.

அதுவும் முடியாது என்றால், அவ்வப்போது கொஞ்சம் கொஞ்சமாக முதலீடு செய்வதோடு, தீபாவளி போனஸ்போல லம்ப்பாகக் கிடைக்கும்போது அதில் ஒரு பகுதியை எடுத்து மொத்தமாகவும் முதலீடு செய்யலாம். ரொம்பவே ஃப்ளெக்ஸிபிள் திட்டம் இது. அந்த விதத்தில், சிறு முதலீட்டாளர்களுக்கு சௌகரியமானது.

இதில் முதலீடுசெய்ய யாரை அணுக வேண்டும்?

1. **முகவர்கள்:** புதிதாக முதலீடு செய்பவர்கள், இதற்கு என நியமிக்கப்பட்டிருக்கும் மியூச்சுவல் ஃபண்ட் ஏஜென்ட் அல்லது டிஸ்ட்ரிபியூட்டர்களை அணுகலாம். சிறு ஊர்களில்கூட இப்போது முகவர்கள் இருக்கிறார்கள். நமக்கு ஏற்ற முதலீட்டை அவர்கள் பரிந்துரைப்பார்கள். அவர்கள் ஆலோசனைபெற்று முதலீடு செய்வதன்மூலம் நஷ்டத்தைக் குறைப்பதுடன் ஓரளவுக்கு லாபத்தை அதிகரிக்கவும் திட்டமிடலாம்.

2. **நேரடி முதலீடு:** கொஞ்சம் அனுபவமிக்க முதலீட்டாளராக இருந்தால், இணையதளம் மூலமாக மியூச்சுவல் ஃபண்ட் நிறுவனத்தையே நேரடியாகவும் அணுகலாம். மியூச்சுவல் ஃபண்ட் முகவர்களுக்குக் கொடுக்கப்படும் கமிஷன் இல்லாததால், இந்த முறையில் முதலீடு செய்தால் நமக்குக் கொஞ்சம் அதிக எண்ணிக்கையில் யூனிட்டுகள் கிடைக்கும். ஆனாலும் அனுபவமிக்கவர்களின் ஆலோசனை நமக்குக் கிடைக்காமல் போகலாம்.

3. **பங்குத் தரகர்கள்:** உங்களுக்கு அருகில் உள்ள செபியிடம் பதிவுபெற்ற பங்குத் தரகர்களை அணுகலாம். NSE / BSE-யில் இவர்கள் மூலமாக பங்குகள் வாங்குவதுபோலவே மியூச்சுவல் ஃபண்ட் யூனிட்டுகளையும் வாங்கலாம்.

ELSS திட்டத்தில் நாம் முதலீடு செய்வதால், என்ன ஆதாயம்?

1. ஆண்டுக்கு 1.50 லட்சம் ரூபாய் வரையில் இந்தத் திட்டத்தின் கீழ் நாம் முதலீடு செய்யும் தொகைக்கு வருமான வரி கிடையாது. (இதன் மூலம் ஆண்டுக்கு 45,000 ரூபாய் வரை மிச்சம் செய்யலாம்.)

2. அவ்வப்போது இந்த முதலீட்டின் மீது நமக்குக் கிடைக்கக்கூடிய டிவிடெண்ட் வருவாய்க்கும் முழு வருமான வரிவிலக்கு உண்டு.

முதலீட்டின் மீது வரிச் சலுகை மூலம் கிடைக்கக்கூடிய மிச்சம் எவ்வளவு?

10 % வருமான வரி கட்டுபவர்களுக்கு	ஆண்டுக்கு ரூ.15,000
20 % வருமான வரி கட்டுபவர்களுக்கு	ஆண்டுக்கு ரூ.30,000
30 % வருமான வரி கட்டுபவர்களுக்கு	ஆண்டுக்கு ரூ.45,000

(# சர்சார்ஜ் மற்றும் செஸ் கணக்கில் எடுத்துக்கொள்ளப்படாமலேயே !)

3. முதலீடு செய்த மூன்று ஆண்டுகளுக்குப் பிறகு நம் முதலீட்டைத் திரும்பப் பெறும்போது, நாம் பெறும் முதலீட்டுத் தொகை மற்றும் அதன் மீதான ஆதாயத்துக்கும் வருமான வரியே கிடையாது.

P.P.F-க்கு இணையாக இந்த அளவுக்கு எல்லா வரிச்சலுகை களையும் கொடுக்கக்கூடிய திட்டம் இது. PPF போல உத்தரவாத மான வருவாய் இல்லையெனினும், அதைவிடவும் அதிக ஆதாயம் தரக்கூடிய வாய்ப்பு உள்ள முதலீடு இது.

மியூச்சுவல் ஃபண்ட் திட்டங்களில் முதலீடு செய்யும்போது அதிகப் பலன்பெற நாம் கடைப்பிடிக்கவேண்டிய சில உத்திகள் இருக்கின்றன. அவை:

1. SIP: Systematic Investment Plan: முறைப்படுத்தப்பட்ட தவணைமுறை முதலீடு.

2. STP: Systematic Transfer Plan : முறைப்படுத்தப்பட்ட மாற்று முதலீட்டுத் திட்டம்.

3. SWP: Systematic Withdrawal Plan : தவணைமுறையில் திரும்பப் பெறும் திட்டம்.

முறைப்படுத்தப்பட்ட தவணைமுறை முதலீடு (SIP).

சிம்பிளாகச் சொல்லவேண்டும் என்றால், இது ரெக்கரிங் டெபாசிட் போல. நமக்கு ஏற்ற நல்ல மியூச்சுவல் ஃபண்ட் திட்டம் ஒன்றைத் தேர்ந்தெடுத்து, மாதாமாதம் ஒரு குறிப்பிட்ட தொகையை முதலீடு செய்வது நல்லது. மியூச்சுவல் ஃபண்ட் நிறுவனமே நேரடியாக நம் வங்கியில் இருந்து பணத்தை எடுத்துக்கொள்ளவும் நாம் அனுமதி கொடுக்கலாம்.

ஓராண்டில் செய்த மொத்த முதலீடு	ரூ.12.000.00
வாங்கிய மொத்த யூனிட்டுகள்	1,087.68
யூனிட்டுகளின் சராசரி அடக்க விலை ரூ.12,000/1.087.68 யூனிட்டுகள்	ரூ.11.03
யூனிட்டுகளின் இன்றைய விலை	ரூ.13.00
முதலீட்டின் இன்றைய மதிப்பு: 1,087.68 X ரூ.13.00	ரூ.14,139.84
நிகர லாபம்	2139.84

மொத்தமாக ஒரேமுறை முதலீடு செய்வதற்கும், இப்படித் தவணைமுறையில் கட்டுவதற்கும் என்ன வித்தியாசம்?

மியூச்சுவல் ஃபண்ட் யூனிட்டுகளின் மதிப்பு ஏற்ற-இறக்கங்களுக்கு உட்பட்டது எனச் சொன்னது நினைவிருக்கலாம். உதாரணமாக, நாம் முதலீடுசெய்ய உத்தேசித்திருக்கும் தொகை 12,000 ரூபாய் என வைத்துக்கொள்ளலாம். யூனிட்டுகளின் மதிப்பு அதிகமாக இருக்கும்போது முதலீடுசெய்தால், குறைவான எண்ணிக்கையிலேயே நமக்கு யூனிட்டுகள் கிடைக்கும். ஆனால், யூனிட்டுகளின் மதிப்பு குறைவாக இருக்கும்போது முதலீடுசெய்தால், அதே தொகைக்கு ஈடாக அதிக யூனிட்டுகள் நமக்குக் கிடைக்கும்.

யூனிட்டுகளின் மதிப்பு இப்போது கணிசமாகக் குறைந்திருக்கிறது என அனுமானித்து, அந்த நேரத்தில் மொத்தமாக முதலீடுசெய்வது என்பது, எல்லோருக்கும் சாத்தியமானது அல்ல. முதலீட்டில் நீண்ட அனுபவமிக்கவர்களுக்கேகூட அது கைவராத கலை. அப்படிக் கணித்து முதலீடு செய்த பிறகு, சந்தை மேலும் சரிந்ததன் காரணமாக, கணிப்புத் தவறி முதலீட்டில் பலத்த இழப்பைச் சந்தித்தவர்களும் உண்டு.

எனவே, SIP முறையில் முதலீடுசெய்வதன் மூலம், இந்த ஏற்ற-இறக்கங்களை சமன்செய்து ஓரளவுக்குக் குறைவான விலையில் அதிக யூனிட்டுகளைப் பெறமுடியும்.

எஸ்ஐபி முறையில் நாம் மாதாமாதம் முதலீடு செய்யும் தொகை அதேதான். மாறுவதே இல்லை. ஆனால், எப்போதெல்லாம் யூனிட்டின் மதிப்பு குறைகிறதோ, அப்போதெல்லாம் அதிக

மாதிரி எஸ்.ஐ.பி. திட்டம்:

மாதம்	தவணைத் தொகை	அன்றைய யூனிட் மதிப்பு	கிடைக்கும் யூனிட்டுகள்
1	1,000	10.00	100.00
2	1,000	11.00	90.91
3	1,000	10.00	100.00
4	1,000	9.00	111.00
5	1,000	10.00	100.00
6	1,000	11.00	90.00
7	1,000	11.00	90.00
8	1,000	12.00	83.00
9	1,000	12.00	83.00
10	1,000	12.00	83.00
11	1,000	13.00	76.00
12	1,000	13.00	76.00
தொகை	12,000	யூனிட்டுகள்	1,087.68

எண்ணிக்கையில் யூனிட்டுகள் வாங்கியிருப்போம். அதேசமயம், எப்போதெல்லாம் யூனிட்டின் மதிப்பு அதிகரித்திருக்கிறதோ அப்போதெல்லாம் குறைவான எண்ணிக்கையில்தான் யூனிட்டு களை வாங்கமுடியும். இதுதான் இந்தத் திட்டத்தின் மகத்துவம். இந்த டிசிப்ளின்தான் முக்கியம்.

இப்படிச் செய்வதன்மூலம், நீண்டகால அடிப்படையில் நம் யூனிட்டுகளின் சராசரி முதலீட்டு விலை, அப்போதைய சந்தை விலையைவிடக் கணிசமாகக் குறைவாக இருக்கும்.

சந்தையின் ஏற்ற-இறக்கத்தைக் கணிக்க முடியாதவர்கள் அல்லது அதற்கு நேரம் இல்லாதவர்கள் அதே சமயம் அதன் ஏற்ற-இறக்கங்களின் முழுப் பலனையும் ஓரளவாவது பெற வேண்டும் என நினைப்பவர்களுக்கு ஏற்றது இந்த SIP முதலீடே!

11

உண்மையைச் சொல்லணும்னா, நம்ம எல்லோருக்கும் என்ன ஆசை தெரியுமா?

நம்முடைய மொத்தச் சேமிப்பும், பாதுகாப்பாக இருக்கக்கூடிய நல்ல முதலீடாக இருக்க வேண்டும் என்பதுதான். அதேசமயம், பணவீக்கத்தைத் தாண்டிய நல்ல வருவாயாகவும் அல்லது ஆதாயமாகவும் வேண்டும். அந்த வருவாய்/ ஆதாயத்தின் மீது வருமானவரி ஏதும் இல்லாமல் இருந்தால் ரொம்ப மகிழ்ச்சி. ஆனால், இவை மூன்றும் ஒருசேர இருக்கக்கூடிய முதலீடுகள் மிக மிக அரிது.

பி.பி.எஃப்-ஐ தவிர்த்துப்பார்த்தால், பெரும்பாலான பாதுகாப்பான முதலீடுகள் பெரிய ஆதாயத்தையோ அல்லது வரிச்சலுகைகளுடன்கூடிய நல்ல வருவாயையோ தருவது இல்லை.

இ.எல்.எஸ்.எஸ் மியூச்சுவல் ஃபண்டு திட்டத்தில் வரிச்சலுகைகள் மற்றும் நல்ல ஆதாயம் இருக்கலாம் என்றாலும், முதலீட்டின் மீது முழுமையான உத்தரவாதம் இல்லை. சந்தையின் ஏற்ற-இறக்கத்துக்கு ஏற்ப லாபம் - நட்டம் அமையலாம்.

பொதுவாகப் பார்க்கையில், 'நம் மொத்த முதலீட்டுக்கு பங்கம் வராமல் வருமான வரிச்சலுகைகளுடன்கூடிய நல்ல ஆதாயத்தைத் தர வாய்ப்பு உள்ள முதலீடுகள் இல்லையோ' எனத் தோன்றும். ஆனால், கொஞ்சம் நேரம் உட்கார்ந்து யோசித்தால் அந்த மாதிரி ஒரு திட்டத்தை நம்மால் உருவாக்க முடியும்... எப்படி?

உதாரணமாக, ராமநாதன் அடுத்த மாதம்தான் ஓய்வுபெறுகிறார் என வைத்துக்கொள்வோம். கையில் ஏற்கெனவே இருக்கும் சேமிப்பையும் சேர்த்து, ஓய்வுபெறும்போது அவருக்கு மொத்தமாக 40 லட்சம் ரூபாய் கிடைப்பதாகக் கருதுவோம். சொந்த வீடு. எனவே வீட்டு வாடகை கிடையாது. வீடு மீதான கடன் முழுவதும் ஏற்கெனவே அடைத்துவிட்டார். மனைவி மட்டும்தான் உடன் இருக்கிறார். பிள்ளைகள் எல்லோரும் செட்டில் ஆகிவிட்டார்கள். இப்போதைக்கு அவரது மாதாந்திர செலவுகளுக்கான தேவை 24,000 ரூபாய்தான். ஆனால், அடுத்த சில ஆண்டுகளுக்கான பணவீக்கத்தையும் கணக்கில் எடுத்துக்கொண்டு, மீதிப் பணத்திலோ அல்லது அதன் மீதான வருவாயிலோ அவர் கொஞ்சம் ரிஸ்க் எடுக்கத் தயார்... முதலுக்கே மோசம் வராத வரையில்!

அவர் என்ன செய்யலாம்? அவருக்கான தீர்வு இதோ...

CAPITAL PROTECTED PLAN/SCHEME:

● 30 லட்சம் ரூபாயை, மாநில அரசுக்கு முழுவதும் சொந்தமான நிறுவனங்களில் சிலவற்றில் டெபாசிட் செய்யலாம் அல்லது அதிக தரக் குறியீடு பெற்ற பாதுகாப்பான கம்பெனி டெபாசிட்களில் போடலாம். ஆண்டுக்கு 9.25 சதவிகிதம் வட்டி கொடுக்கும் இந்த நிறுவனங்கள், சீனியர் சிட்டிசன்களுக்கு மட்டும் சிறப்புச் சலுகையாக ஆண்டுக்கு 9.75 சதவிகிதம் வட்டி கொடுக்கிறார்கள்.

இதில் சௌகரியம் என்னவென்றால், ஆண்டுக்கு 9.25 சதவிகிதம் வட்டி எனக் கணக்கிட்டாலும், அதை 12 ஆகப் பிரித்து மாதாமாதம் கொடுக்கிறார்கள். எனவே, ராமநாதனின் 30 லட்சம் ரூபாய் டெபாசிட் மீது ஆண்டுக்கு சுமார் 2,92,500 ரூபாய் வட்டி கிடைக்கும் அல்லது மாதாமாதம் 24,375 ரூபாய்க்கு மேல் கிடைக்கும். இந்தத் தொகையைக்கொண்டு மாதச் செலவுகளை சுலபமாகச் சமாளிக்கலாம்.

● மீதம் இருக்கும் 10 லட்சம் ரூபாயையும் இதே மாதிரி டெபாசிட்டில் முதலீடு செய்யலாம்; அதன்மீது ஆண்டுக்கு ரூபாய் 97,500 அல்லது மாதம் சுமார் 8,000 ரூபாய்க்குக் குறையாமல் கிடைக்கும். இந்தப் பணம், இப்போதைக்கு அவருக்குத் தேவை இல்லை. அப்படிக் கிடைக்கக்கூடிய 8,000 ரூபாயை, மாதாமாதம் ஒரு நல்ல மியூச்சுவல் ஃபண்டில் முதலீடுசெய்து வரலாம்.

ரிஸ்க் கொஞ்சம் குறைவாக இருக்கவேண்டும் எனில், அது ஒரு பேலன்ஸ்டு ஃபண்டாக இருக்கலாம். கொஞ்சம் அதிக ரிஸ்க் எடுக்கத் தயார் என்றால், அது டைவர்சிஃபைடு ஃபண்டாகவும் இருக்கலாம். இல்லையெனில், பங்குச்சந்தைக் குறியீட்டின் அடிப்படையிலான 'இண்டெக்ஸ் ஃபண்ட்'களில் முதலீடு செய்யலாம். குறுகியகால அடிப்படையில் அவ்வப்போது ஏற்ற-இறக்கங்கள் இருந்து பயமுறுத்தினாலும் நீண்டகால அடிப்படையில் பார்க்கையில், கடந்த பல ஆண்டுகளாக சென்செக்ஸ் மற்றும் நிஃப்டி குறியீடுகள் தொடர்ந்து அதிகரித்து வருகின்றன. பரந்த பங்குச்சந்தைக் குறியீடுகள், 1992-ம் ஆண்டு தொடங்கி கடந்த 25 ஆண்டுகளில் சராசரியாக சுமார் 15 சதவிகித ஆண்டு வருவாய் கொடுத்திருக்கின்றன, வருமான வரிச்சலுகைகளுடன்!

உத்தரவாதம் இல்லையெனினும், எதிர்காலத்திலும் பணவீக்கத்தைத் தாண்டிய நல்ல வருவாயைக் கொடுக்கும் என நம்பலாம்.

இப்படிச் செய்வதால் என்ன வசதி?

1. மொத்த சேமிப்பும் முதலீடும் பாதுகாப்பான டெபாசிட்களில்.

2. அவருடைய அன்றாடச் செலவுகளுக்கான தொகை உறுதியாகக் கிடைத்து விடுகிறது.

3. உபரி வருவாயில் மட்டுமே கொஞ்சம் ரிஸ்க் எடுக்கிறார்.

ஒருவேளை மோசமான சூழல் ஏற்பட்டு சந்தை கீழே இறங்கினால் அல்லது ஏதாவது இழப்பு என்றால்கூட அந்த உபரி வருவாயின் (மாதம் ரூ. 8,000/-) மீது மட்டுமே. அதிலும், அதன் ஒரு சிறுபகுதி மட்டுமே இழக்கக்கூடிய வாய்ப்பு. ஆனால், மொத்த முதலீடான 40 லட்சம் ரூபாய் பாதுகாப்பாக இருக்கும். மாதம் வருவாய் 24,000 ரூபாய்க்கு எந்த பங்கமும் வராது. ரிஸ்க் எடுக்கும் மாதாந்திர முதலீட்டின் மீதான வருமானத்துக்கு எந்தவிதமான வருமானவரியும் கிடையாது என்பது எக்ஸ்ட்ரா போனஸ்.

கூழுக்கும் ஆசைப்படலாம்... மீசைக்கும் ஆசைப்படலாம் தைரியமாக!

முறைப்படுத்தப்பட்ட மாற்று முதலீட்டுத் திட்டம்
(SYSTEMATIC TRANSFER PLAN).

மேலே சொன்ன திட்ட அடிப்படையில், மியூச்சுவல் ஃபண்ட் முதலீடுகளில் அமல்படுத்தலாம். எப்படி?

1. கடன் சார்ந்த பாதுகாப்பான/ மாதாமாதம் வருவாய் தரக்கூடிய திட்டங்களில் நம் பெரும் முதலீட்டைப் போட்டுவைப்பது, இந்த முதலீட்டின் மீது ஓரளவுக்குப் பாதுகாப்பான வருவாய் வரும். முதலுக்கும் பெரிதாக பங்கம் வர வாய்ப்புக் குறைவு.

2. அதன்மீது மாதாமாதமோ அவ்வப்போதோ வரக்கூடிய வருவாயை வேறு ஒரு திட்டத்துக்கு மாற்றி, அதில் முதலீடு செய்வது.

அப்படி நாம் முதலீடு செய்யக்கூடிய திட்டம், அதிக வருவாய் தர வாய்ப்பு உள்ள பங்குச்சந்தை அடிப்படையிலான மியூச்சுவல் ஃபண்டாக இருப்பது நல்லது.

இதற்கு நேர்மாறாகவும் செய்யலாம்:

1. அதிக வருவாய் தர வாய்ப்பு உள்ள ரிஸ்க்கான மியூச்சுவல் ஃபண்டு திட்டங்களில் பெரும் முதலீட்டைப் போட்டுவைப்பது. ரிஸ்க் எடுக்கத் தயாராக உள்ள இளம் வயதினருக்கு ஏற்ற முதலீட்டு முறை இது எனச் சொல்லலாம்.

2. சந்தை கணிசமாக அதிகரித்து நல்ல ஆதாயம் கிடைக்கும் போது முதலீட்டின் ஒரு பகுதியை விற்று லாபத்தைப் பதிவு செய்து, அந்தப் பணத்தைப் பாதுகாப்பான கடன்பத்திரங்கள் சார்ந்த மியூச்சுவல் ஃபண்டு திட்டங்களுக்கு மாற்றி முதலீடு செய்வது.

ஏற்கெனவே நாம் விவாதித்த எஸ்.ஐ.பி முதலீட்டு முறைக்கு உறுதுணையாக இந்த முதலீட்டு முறை இருக்கும்.

மேற்சொன்ன முதலீட்டு முறைகளில் நமக்கு ஏற்றது எது? நம் வயது, வருவாய், சேமிப்பு, இதர பொறுப்புகள், ஓய்வுக் காலத்துக்கான காலம், ரிஸ்க் புரொஃபைலைப் பொறுத்து நமக்கு ஏற்ற முதலீட்டு முறையைத் தேர்ந்தெடுக்கலாம்.

தவணை முறையில் திரும்பப் பெறும் திட்டம் (SYSTEMATIC WITHDRAWAL PLAN)

பெரும்பாலும் முதலீட்டுக்கான ஆலோசனைகளையே ஊடகங்களில் அதிகம் பார்க்க முடிகிறது. ஆனால், அதே அளவு முக்கியமானது முதலீட்டை எப்போது வெளியே திரும்ப எடுப்பது என்பது. அதை பெரும்பாலானோர் சொல்லித்தருவது இல்லை.

பங்குச்சந்தை, மியூச்சுவல் ஃபண்ட் போன்ற கொஞ்சம் ரிஸ்க்கான முதலீடுகளில் இது அத்தியாவசியமும்கூட. அவ்வப்போது லாபத்தைப் பதிவுசெய்து முதலீட்டின் ஒரு பகுதியை பாதுகாப்பான முதலீடுகளுக்கு மாற்றவேண்டும்.

'முதலீடு, நல்ல வருவாயைக் கொடுத்துக் கொண்டிருக்கும்போது ஏன் திரும்பப் பெற வேண்டும்?' - என்ற கேள்வி எழலாம். நன்கு செயல்பட்டுக்கொண்டிருக்கும் முதலீட்டை வெளியே எடுக்கத்

தயக்கமாகத்தானே இருக்கும்? 'அதுதான் நல்ல வருவாய் கொடுத்துக்கொண்டிருக்கிறதே. இப்போது ஏன் அதில் கை வைக்க வேண்டும்? அதுபாட்டுக்குக் கிடக்கட்டும்' எனத் தோன்றுவது சகஜம்.

அதேசமயம், சந்தைகள் வீழ்ச்சி கண்டு, முதலீட்டின் மதிப்பு கணிசமாகக் குறைந்துபோய், அதன் காரணமாக நம் வருவாய் குறைந்தாலோ அல்லது நின்றுபோனாலோ, பணத்தை உடனடியாகத் திரும்பப் பெறவேண்டும் எனத் தோன்றுவதும் சகஜம்தான்.

ஆனால், நல்ல முதலீட்டாளரைப் பொறுத்தவரையில் இரண்டுமே சரியில்லை. அவ்வப்போது கண்ணுக்கு நேரே தெரியக்கூடிய லாபத்தைப் பதிவுசெய்து, பணத்தை வெளியே எடுக்காமல் வேடிக்கைப் பார்த்துவிட்டு, பின்னால் வீழ்ச்சியின்போது புலம்புவது தவறு.

அதே மாதிரி குறுகியகால வீழ்ச்சியின்போது, நம் முதலீட்டை வெளியே எடுத்து நஷ்டத்தை உறுதிசெய்வதும் தவறு. பின்னாட்களில் சந்தை அதிகரித்த பிறகு வருத்தப்படவேண்டிவரும்.

சந்தையைக் கூர்ந்து கவனித்து, எது ஏற்றம், எது வீழ்ச்சி எனக் கணித்து, அதன் அடிப்படையில் பணத்தைத் துல்லியமாகக் கையாள்வது என்பது பல சமயங்களில் தேர்ந்த முதலீட்டாளர் களுக்குக்கூடச் சிரமம்தான்.

ஒரு நல்ல மியூச்சுவல் ஃபண்ட் திட்டத்தைத் தேர்ந்தெடுத்து அதில் முதலீடு செய்வதோடு முடிவதில்லை நம் வேலை. அவ்வப்போது அதன் வளர்ச்சியையும் கண்காணிக்க வேண்டும். ஓரளவுக்கு மேல் அதிகரித்து நாம் எதிர்பார்த்த ஆதாயத்தைத் தர ஆரம்பித்துவிட்டால், அதில் ஒரு பகுதியையாவது விற்று லாபத்தைப் பதிவுசெய்வது அவசியம். இதற்கான திட்டம்தான் 'சிஸ்டமேட்டிக் வித்ட்ராயல் ப்ளான்.'

இது எப்படிச் செயல்படுகிறது? சொல்கிறேன்...

12

முதலுக்கு மோசம் வராமல் எப்படி ரிஸ்க் எடுப்பது என்பதை சென்ற அத்தியாயத்தில் பார்த்தோம். பாதுகாப்பான முதலீட்டில் பணத்தைப் போட்டுவிட்டு, அது கொடுக்கும் வருமானத்தை மட்டும் வெளியே எடுத்து, கொஞ்சம் ரிஸ்க்கான முதலீடுகளில் போடுவதன்மூலம் நம் வருமானத்தை அதிகப்படுத்த வாய்ப்பு இருக்கிறது என்பது புரிந்திருக்கும். பணவீக்கத்தைத் தாண்டிய வருவாய் பெறுவதே இதன் முக்கிய நோக்கம்.

தவணைமுறை ஆதாயம்!

இனி, தவணைமுறையில் ஆதாயத்தை வெளியே எடுப்பதை நாம் எப்படிச்

செயல்படுத்தலாம் என்பதைப் பார்க்கலாம். இதை, இரண்டு கட்டங்களாகச் செயல்படுத்த வேண்டும்.

1. முழுவதும் பங்குச்சந்தை சார்ந்த மியூச்சுவல் ஃபண்டு திட்டங்களில் பெரும் முதலீட்டைப் போட்டுவைக்க வேண்டும். அது டைவர்சிஃபைடு மியூச்சுவல் ஃபண்டு திட்டமாக இருக்கலாம். இல்லையெனில், பங்குச்சந்தை மற்றும் பாதுகாப்பான கடன் பத்திரங்களில் பிரித்து முதலீடு செய்யக்கூடிய பேலன்ஸ்டு மியூச்சுவல் ஃபண்டு திட்டமாகவும் இருக்கலாம். இந்தத் திட்டங்களில் நாம் கொடுக்கும் பணம் பங்குச்சந்தையில் முதலீடு செய்யப்படுகிறது என்பதால், ரிஸ்க் கொஞ்சம் அதிகமாக இருக்கும். அதே சமயம், ஆதாயமும் வருவாயும் அதிகம் தர வாய்ப்பு உள்ளவை. பணத்தைப் போட்டாச்சு... சரி இனி என்ன?

2. பங்குச்சந்தை அதிகரிக்கும்போது, அதில் முதலீடு செய்துள்ள நம் மியூச்சுவல் ஃபண்டுகளின் யூனிட் மதிப்பும் அதற்கேற்ப உயரும். மாதாமாதம் அல்லது காலாண்டுக்கு/ ஆண்டுக்கு ஒருமுறை என இதன் செயல்பாட்டை நாம் தொடர்ந்து ட்ராக் செய்யவேண்டும். எப்போது எல்லாம் நம் முதலீட்டின் மதிப்பு கணிசமாக உயருகிறதோ, அப்போது எல்லாம் யூனிட்டுகளின் ஒரு பகுதியை விற்றுக் காசாக்கி, அந்த உபரித் தொகையான லாபத்தை வெளியே எடுக்க வேண்டும். அப்படி எடுக்கும் பணத்தை, பாதுகாப்பான வேறு முதலீடுகளில் போட்டுவைக்கலாம்.

ரிஸ்க்கும் எடுத்தாச்சு... லாபமும் பார்த்தாச்சு!

ரிஸ்க் எடுக்கத் தயாராக உள்ள இளம்வயதினருக்கும், ஓய்வுகாலத்துக்குத் திட்டமிடும் நடுத்தரவயதினருக்கும் ஏற்ற முதலீட்டுமுறை இது எனச் சொல்லலாம்.

● உதாரணமாக, ஒரு நல்ல டைவர்சிஃபைடு மியூச்சுவல் ஃபண்டாகத் தேர்ந்தெடுத்து, அதில் 1 லட்சம் ரூபாய் முதலீடு செய்வதாக வைத்துக்கொள்வோம். அன்றைய தேதியில் ஒரு யூனிட்டின் மதிப்பு 10 ரூபாய் எனில், நாம் போடக்கூடிய தொகைக்கு ஈடாக நமக்கு 10,000 யூனிட்டுகள் கிடைக்கும்.

● ஓர் ஆண்டுக்குப் பிறகு, பங்குகளின் விலை அதிகரித்ததன் காரணமாகநம் முதலீட்டின் மதிப்பும் உயர்ந்து, யூனிட் ஒன்றின் மதிப்பு 12 ரூபாயாக இருப்பதாக வைத்துக்கொள்வோம். இப்போது

ரூல் 72

நம் முதலீடு இருமடங்காகப் பெருக எத்தனை ஆண்டுகள் ஆகும் அல்லது எத்தனை சதவிகிதம் வட்டி ஈட்டினால் நம் முதலீடு குறிப்பிட்ட காலத்தில் இருமடங்காகப் பெருகும்?

கேள்வியைக் கேட்ட உடனே கண்ணைக் கட்டுதா... வட்டி, கூட்டுவட்டி என்றெல்லாம் ஒரே கன்ஃப்யூஷனா இருக்கா... கணக்குப் போட்டா குழப்பமா இருக்கா? இருக்கவே இருக்கு ரூல் 72.

1. ஆண்டுக்கு 12 சதவிகித வருவாய் தரக்கூடிய உங்கள் முதலீடு, இருமடங்காகப் பெருக எத்தனை ஆண்டுகள் ஆகும்?

ரொம்ப சிம்பிள். 72-ஐ 12-ல் வகுத்தால் கிடைக்கும் விடைதான் உங்களுக்குக் கிடைக்கும் வருமானம்.

72 / 12 = 6 ஆண்டுகள்.

எனவே, ஆண்டுக்கு 12 சதவிகிதம் வட்டி வருவாய் ஈட்டக்கூடிய நம் முதலீடு, இருமடங்காகப் பெருக உத்தேசமாக ஆறு ஆண்டுகள் ஆகும்.

இப்போது இதையே வேறுவிதமாவும் மாத்திக் கேட்கலாம்.

2. உங்கள் முதலீடு எட்டு ஆண்டுகளில் இருமடங்காகப் பெருக வேண்டும் என்றால், எத்தனை சதவிகிதம் வட்டி ஈட்ட வேண்டும்?

இது மேலே சொன்னதைவிட சிம்பிள். 72-ஐ 8-ல் வகுத்தால் கிடைப்பதுதான் நாம் எதிர்பார்க்கும் வட்டி.

72 / 8 = 9 சதவிகிதம்

அதாவது, ஆண்டுக்கு 9 சதவிகித வட்டி வருவாய் தரக்கூடிய முதலீடுகளில் நம் பணத்தைப் போட்டுவைத்தால், ஏறத்தாழ எட்டு ஆண்டுகளில் நம் பணம் இருமடங்காகப் பெருகும்.

அந்த லாபத் தொகையான 2 ரூபாயை நாம் வெளியில் எடுக்க வேண்டும். எப்படி?

● யூனிட் ஒன்றின் இப்போதைய மதிப்பு 12 ரூபாய் எனில், நம் கைவசம் இருக்கும் 10,000 யூனிட்டுகளின் மொத்த மதிப்பு 1.20 லட்சம் ரூபாயாக இருக்கும் அல்லவா? இதில் இருந்து, 20,000 ரூபாய் மதிப்புக்கான யூனிட்டுகளை மற்றும் விற்றுக் காசாக்க வேண்டும்.

● 20,000/12 = 1,666 யூனிட்டுகளை மட்டும் விற்றாலே 20,000 ரூபாய் கிடைக்கும் (1666 x 12). இதை விற்ற பிறகு நம்மிடம் மீதம் இருப்பது 10,000 - 1,666 = 8,334 யூனிட்டுகள். அதன் இப்போதைய மதிப்பு 8,334 x 12 = 10 லட்சம் ரூபாய்.

சூப்பர் இல்லையா!!

'ஒரே கொழப்பமா இருக்கே!' என போன்செய்தார் ஷ்யாம். 'இதுவரை நல்ல மியூச்சுவல் ஃபண்டில் பணத்தைப் போடலாம்னு தொடர்ந்து சொல்றீங்களே சார். எது நல்ல மியூச்சுவல் ஃபண்டுனு எப்படிக் கண்டுபிடிக்கிறது?' எனக் கேட்டார். நல்ல டாக்டர் யார் என எப்படிக் கண்டுபிடிக்கிறோம்? அதைப் போலத்தான் இதுவும்.

பங்குச்சந்தையில் நாமே நேரடியா முதலீடு பண்றதுங்கிறது நாமே கார் ஓட்டுவது மாதிரி என்றால், மியூச்சுவல் ஃபண்டில் முதலீடு என்பது நல்ல அனுபவமிக்க ஒரு டிரைவரை அமர்த்தி விட்டு நாம் ஹாயாக வேடிக்கை பார்த்துக்கொண்டே காரில் பயணிப்பதுபோல.

நல்ல மியூச்சுவல் ஃபண்ட் திட்டத்தைத் தேர்ந்தெடுப்பது எப்படி?

1. நீண்டகால அனுபவம்

ஃபண்டு ஆரம்பித்து எத்தனை ஆண்டுகாலமாகச் செயல்பட்டு வருகிறது எனப் பார்க்க வேண்டும். ஓரளவுக்கு நீண்டகாலம் நடப்பில் இருக்கக்கூடிய திட்டமாக இருப்பது நல்லது. அதன் 'ட்ராக் ரெக்கார்ட்' நமக்குத் தெரியும். ஆனால், அதன் கடந்தகால செயல்பாடுகளின் அடிப்படையில் மட்டுமே ஒரு ஃபண்டைத் தேர்ந்தெடுக்க முடியாது. இன்னும் வேறு சில காரணிகளும் இருக்கின்றன. அவற்றையும் பார்க்கலாம். அவை ஃபண்டின் இணையதளத்திலேயே இருக்கும். அவர்களின் விண்ணப்பப்படிவத்துடனும் இந்தத் தகவல் இருக்கும்.

2. ஃபண்ட் மேனேஜர்

ஒவ்வொரு ஃபண்டையும் நிர்வகிப்பது அதற்கு என நியமிக்கப்பட்டிருக்கும் ஒரு ஃபண்ட் மேனேஜர்தான். ஒரு மியூச்சுவல் ஃபண்ட் திட்டத்தின் செயல்பாடு அவரைப் பொறுத்துத்தான் இருக்கிறது. திட்டத்தின் வெற்றி-தோல்விக்கு அவர் பங்களிப்பு கணிசமானதாக இருக்கும். எனவே, ஃபண்ட்

மேனேஜர் யார் எனப் பார்க்க வேண்டும். அவர் நிர்வகித்துவரும் இதர திட்டங்களின் செயல்பாடுகள் எப்படி எனவும் அலசலாம். இந்தத் தகவலும், மேலே சொன்ன மாதிரி எளிதாகக் கிடைக்கும்.

3. கடந்தகால ட்ராக் ரெக்கார்ட் - பெர்ஃபாமன்ஸ்

நாம் முதலீடு செய்ய 'ஷார்ட் லிஸ்ட்' செய்துள்ள ஃபண்ட் மற்றும் அதன் நிர்வாகி ஆகியோரின் கடந்தகாலச் செயல்பாடுகளையும் அந்தத் திட்டங்கள் கொடுத்திருக்கும் வருமானம்/ஆதாயத்தையும் அதேபோன்ற ஏனைய திட்டங்களோடு ஒப்பிட்டுப் பார்க்கலாம்.

4. செக்டோரலா அல்லது டைவர்சிஃபைடா!

பொதுவாக டைவர்சிஃபைடு திட்டங்களில் போடுவது நல்லது. ரிஸ்க்கும் ஓரளவுக்கு குறைவாக இருக்கும். பணவீக்கத்தைத் தாண்டிய வருவாயை எதிர்பாக்கலாம். ஆனால், இளம் வயதினர் மற்றும் ஒரு குறிப்பிட்ட துறையைப் பற்றி நன்கு விவரம் அறிந்தவர்களுக்கு/ஆழ்ந்த அனுபவமிக்கவர்களுக்கு ஏற்ற திட்டம் செக்டோரல் ஃபண்டு. ரிஸ்க் அதிகம் என்றாலும் லாப-நட்டமும் அதற்கேற்ப இருக்கும்.

5. ஈக்விட்டியா, டெப்டா அல்லது பேலன்ஸ்டா!

இளம் வயதினருக்கு ஏற்றது ஈக்விட்டி ஃபண்ட். பங்குச்சந்தை சார்ந்த திட்டம். நடுவயதினருக்கு ஏற்றது பேலன்ஸ்டு திட்டம். மூத்த குடிமக்கள் பெரும்பாலும் டெப்ட் ஃபண்டில் போடுவது

நல்லது. எனினும், இது ஆளுக்கு ஆள், அவர்களின் ரிஸ்க் எடுக்கும் திறனைப் பொறுத்து மாறுபடும்.

6. ஃபண்டில் முதலீடு செய்யும்போது எந்த ஆப்ஷனைத் தேர்ந்தெடுப்பது?

பொதுவாகவே க்ரோத் என்பது வளர்ச்சி அடிப்படையிலானது என்பதால், அதைத் தேர்ந்தெடுப்பதே பெட்டர். இங்கு ஒன்றை நினைவில்கொள்ள வேண்டும். மியூச்சுவல் ஃபண்டைப் பொறுத்தவரையில் டிவிடெண்ட் என்பது எல்லாம் வெறும் மாயை. நமக்கு டிவிடெண்ட் கொடுத்த பிறகு, எவ்வளவு டிவிடெண்ட் நமக்குக் கொடுத்தார்களோ அதே அளவுக்கு நம் யூனிட்டுகளின் மதிப்பும் சர்ரென குறைந்துவிடும். அதோடு மட்டும் அல்ல; டிவிடெண்ட் ஆப்ஷனைத் தேர்ந்தெடுத்தால், இன்னொரு சிக்கலும் உண்டு. நாம் போட்ட முதல், இப்போது எவ்வளவு அதிகரித்திருக்கிறது என ஒப்பிட்டுக் கண்டுபிடிப்பது கொஞ்சம் சிக்கலாக இருக்கும். வளர்ச்சி அடிப்படையிலான க்ரோத் திட்டத்தில் டிவிடெண்ட் மூலம் பணம் வெளியில் எடுக்கப்படாததால், நம் முதலீடு மற்றும் அது ஈட்டிய வருவாய்/ஆதாயம் முழுவதும் அதற்குள்ளேயே இருக்கும். எனவே, நம்முடைய முதல் எவ்வளவு அதிகரித்திருக்கிறது என ஒப்பிட்டுப் பார்ப்பது சுலபமாகிறது.

மேலும் விவரங்களுக்கு 'ஆம்ஃபி' மற்றும் 'செபி' இணைய தளங்களைப் பார்க்கலாம்; அருகில் உள்ள முகவரை/ பங்குத்தரகரை அணுகலாம்.

13

சமீபத்தில் சென்னையில் ஆடித் தள்ளுபடி காரணமாக ஜவுளிக் கடையில் நடந்த தள்ளுமுள்ளு வீடியோ, வைரலாகப் பரவியது. அடேங்கப்பா! என்னா... மக்கள் கூட்டம்! அலைமோதல்... எல்லாம் எதுக்காக?

கையில இருக்கிற கொஞ்சநஞ்சக் காசையும் செலவு செய்யத்தான் இப்படி ஒரு போட்டாபோட்டி. 'கவர்ச்சியான விளம்பரங்களால் தொடர்ந்து மனமாற்றம் செய்யப்படுகிறோம் என்பதைக்கூட உணராத கூட்டமாக மாறிவருகிறோமோ' என்னும் அச்சம் ஏற்படுகிறது.

ரூல் 115

நீங்க முதலீடு செய்யும் பணம் எத்தனை வருடங்களில் இரண்டு மடங்காகப் பெருகும் என்பதைத் தெரிந்துகொள்ள, 'ரூல் 72' பயன்படும் எனப் பார்த்தோம். இப்போது அதே முதலீடு, எத்தனை வருடங்களில் மூன்று மடங்காகப் பெருகும் என்பது தெரியவேண்டுமா? அதற்காக இருக்கிறது 'ரூல் 115'. கொஞ்சம் அதிகமாக ஆசைப்படுபவர்களுக்கான விதி இது.

டவுட் 1:

வருடத்துக்கு 8 சதவிகித வட்டி ஈட்டுவதுபோல ஃபிக்ஸட் டெபாசிட்டில் பணம் போட்டு வைத்திருப்பதாக வைத்துக்கொள்வோம். அப்படியெனில், போட்ட பணம் எத்தனை வருடங்களில் மூன்று மடங்காகப் பெருகும்?

விடை: ரொம்ப சுலபம். 115 என்ற எண்ணை, வட்டி சதவிகித எண்ணால் வகுக்க வேண்டும். என்ன விடை வருகிறதோ அத்தனை வருடங்கள் ஆகும், நம் முதலீடு மூன்று மடங்காகப் பெருகுவதற்கு.

அதாவது, 115 / 8 = 14.37

ஆண்டுக்கு 8 சதவிகித வருவாய் ஈட்டக்கூடிய நம் முதலீடு மும்மடங்காகப் பெருக, சுமார் 14 வருடங்களுக்கு மேல் ஆகும்.

ஆடித் 'தள்ளு'படி Vs ஒன்றுமே வாங்காத தினம்!

'நம்ம ஊர்லதாங்க இப்படியெல்லாம்' என அலுத்துக்கொள்ள முடியாது. வளர்ந்த பல வெளிநாடுகளிலும் இதே நிலைதான். நம்ப முடிகிறதா?

தேங்க்ஸ் கிவ்விங் டே, கிறிஸ்துமஸ் என தள்ளுபடி விற்பனை நடக்கும்போது எல்லாம், அதிகாலையிலேயே கடைவாசலில் கூட்டம் கூடிவிடும். கடை திறக்கும் முன்னரே கூட்டம் வந்துவிடும். இன்னும் சொல்லப்போனால், பல இடங்களில் முதல் நாள் இரவே கடைக்கு வெளியே வரிசையாகப் பாய் விரித்துப் படுத்துவிடுவார்கள். காலையில் கடை திறந்தவுடன் அடித்துப்பிடித்துக்கொண்டு கடை உள்ளே மக்கள் ஓடுவதைப் பார்க்க வேண்டுமே! சிலசமயம், ஒரே பொருளுக்கு இரண்டு மூன்று பேர் அடித்துக்கொள்வதையும் பார்க்கலாம்.

கூட்டுவட்டி என்றெல்லாம் கால்குலேட்டரைக் கையில் வைத்துக்கொண்டு குழம்ப வேண்டாம்.

டவுட் 2 :

இதையே வேறுவிதமாகப் பார்க்கலாமா?

நம் முதலீடு பணம் 10 வருடங்களில் மூன்று மடங்காகப் பெருக, ஆண்டுக்கு எத்தனை சதவிகிதம் வருவாய் இருந்தால் அது சாத்தியம்? அதாவது, எத்தனை சதவிகிதம் வருவாய் வருவதுபோல, முதலீட்டில் நம் பணத்தைப் போட்டுவைத்தால் அது 10 வருடங்களில் மூன்று மடங்காகும்?

விடை: 115 என்ற எண்ணை, எத்தனை வருடங்களில் நம் முதலீடு மூன்று மடங்காகப் பெருக வேண்டும் என நினைக்கிறோமோ, அந்த எண்ணால் வகுக்கவேண்டும். கடைசியில் என்ன எண் விடையாக வருகிறதோ, அதுதான் நம் முதலீடு ஈட்டவேண்டிய வட்டி விகிதம்.

அதாவது, 115 / 10 = 11.50

10 ஆண்டுகளில் நம் முதலீடு மும்மடங்காகப் பெருக, அது ஈட்டவேண்டிய ஆண்டு வருவாய் 11.50 சதவிகிதம். அவ்வளவுதான்!

இதேபோல ரூல் 144 என்ற ஒன்று இருக்கிறது. அது என்ன என்று கொஞ்சம் ஹோம்வொர்க் செய்து பாருங்களேன்!

எல்லாம் எதற்கு?

தேவையோ, தேவை இல்லையோ... விலை மலிவு என்ற காரணத்துக்காக மட்டுமே, வேண்டாத பொருட்களை எல்லாம் வாங்கிக் குவிப்பதற்காக! ஒரு நிமிடம் ஒதுக்குங்கள்; சரியாக ஒரே ஒரு நிமிடம்தான். உங்களைச் சுற்றிப் பாருங்கள். எவ்வளவு பொருட்களை வாங்கிக் குவித்திருக்கிறோம். வாங்கும்போது அத்தியாவசியமாகத் தோன்றியவற்றை எல்லாம் சில நாட்களிலேயே அலுத்துப்போக, ஒதுக்கிவிடுகிறோம். தூக்கிப்போடவும் மனசு இல்லாமல் வீட்டுக்குள் எவ்வளவு குப்பைகள் சேர்ந்திருக்கின்றன?! இவற்றை வாங்க நாம் செலவழித்த பணத்தைப் பட்டியலிட்டால் எங்கேயோ போய் நிற்கும். செய்துதான் பாருங்களேன்! சில லட்சங்களில் இருக்கலாம். அதன் மீதான வருவாயும் போச்சு!

அது மட்டுமா? நமக்கு அத்தியாவசியத் தேவை இல்லாத பொருட்களை வாங்குவதன்மூலம், அது உண்மையிலேயே தேவையான ஒருவருக்குப் போய்ச் சேருவதைத் தடுக்கிறோம்.

தேவை இல்லாத பொருளை வாங்குவதன்மூலம் அதன் தேவையை அதிகரிக்கச்செய்து, பின்னாளில் சந்தையில் அதன் விலை அதிகரிப்பதற்கும் காரணமாகிறோம். இதனால், யாருக்கு என்ன லாபம்? கார்ப்பரேட்கள்தான் பணம் கொழிப்பார்கள்.

'ஆடி விற்பனையின்போது கையில் காசு இல்லையா? கவலையே வேண்டாம், அதுதான் இருக்கிறதே கிரெடிட் கார்டு!' நம் மீதான அடுத்த தாக்குதல் இது. நம் சேமிப்பைக் கரைப்பதோடு மட்டும் அல்லாது நம்மைக் கடனாளியாக்கி, அவர்களுக்கு உழைக்கும்படி நம் ரத்தம் உறிஞ்சப்படும் - நம் ஆயுள் முழுவதும்!

மிக முக்கியமாக, உலகின் அரிதான இயற்கை வளங்களின் அழிவைத் துரிதப்படுத்துகிறோம். நமக்குத் தேவையான பொருட்கள் எல்லாமே இயற்கையிடம் இருந்து பெறப்பட்டவைதானே! நம் அடுத்த தலைமுறைக்குச் சொந்தமானதைத் திருட, நமக்கு என்ன உரிமை இருக்கிறது? திருமணங்கள், விசேஷங்களில்கூடப் பாருங்கள் - எவ்வளவு உணவு வீணாகிறது என்பதை. எல்லாம் வீண் பெருமைக்காக... எளிமை என்பதே மிஸ்ஸிங்.

இதைத்தான் 'அதிநுகர்வுக் கலாச்சாரம்' என்கிறோம். இந்த அதிநுகர்வுக் கலாச்சாரத்துக்கு எதிராக உருவானதுதான் (Buy Nothing Day) 'ஒன்றுமே வாங்காத தினம்'.

1990-களின் தொடக்கத்தில், கன்ஸ் யூமரிஸத்தின் உச்சமாக விளங்கும் வடஅமெரிக்காவில் தொடங்கப்பட்டதுதான் இந்த மூவ்மென்ட்... அதுவும் கனடாவில். ஒவ்வோர் ஆண்டும், நவம்பர் மாதம், தேங்க்ஸ் கிவ்விங் டே-யை ஒட்டி வரக்கூடிய பிளாக் ஃப்ரைடே அன்று இதைக் கொண்டாடுவார்கள். இந்தத் தினம் இன்று உலகம் முழுவதும் பரவலாகக் கொண்டாடப்படுகிறது. கொண்டாட்டம் என்பதைவிட அனுஷ்டிக்கப்படுகிறது என்றுகூடச் சொல்லலாம்.

சரி, அப்படி என்ன செய்வார்கள் அன்று?

ஒன்றுமே செய்யமாட்டார்கள் என்றும் சொல்லலாம் - ஷாப்பிங்கைப் பொறுத்தவரையில். இதை மக்களுக்கு பலவிதமாக எடுத்துச் செல்கிறார்கள். உதாரணமாக:

- சாலையோர நாடகங்கள் மூலமாக அதிநுகர்வுக் கலாச்சாரத்தின் தாக்கம் புரியவைக்கப்படும்.

● ஷாப்பிங் மால்களுக்குக் கூட்டம் கூட்டமாகச் சென்று, ‘ஒன்றுமே வாங்கவேண்டாம்’ எனப் பிரசாரம் செய்வார்கள்.

● டெபிட் / கிரெடிட் கார்டை இரண்டாக வெட்டித் தூக்கி எறிவார்கள்.

● ஸோம்பி வாக் - கடைக்குள் நுழைந்து ஒன்றுமே வாங்காமல் வெறும் ட்ராலியைத் தள்ளிக்கொண்டே போய், கடையின் வெளி கேட் அருகே விட்டுவிட்டு வந்துவிடுவார்கள்.

ஒன்றும் வாங்காததோடு மட்டும் அல்ல... சிலர் அன்றைய ஒரு தினம் மட்டும், வீட்டின் உள்ளே லைட், ஃபேன், ஏசி என எல்லாவற்றையும் சுவிட்ச் ஆஃப் செய்துவிடுவார்கள். டி.வி பார்ப்பது இல்லை; போனும் சுவிட்ச் ஆஃப்!

அதோடு நிற்பது இல்லை, அந்த நேரத்தை எப்படிச் செலவு செய்வது என்பதிலும் அவர்கள் தெளிவாக இருக்கிறார்கள். சைக்கிளில் கும்பலாக வெளியே செல்வார்கள். அருகில் இருக்கும் நதியில் நீச்சல் அடிப்பார்கள் அல்லது மலையேற்றம் செல்வார்கள். பைசா செலவு இல்லாமல் என்ன எல்லாம் செய்ய முடியுமோ, அவை எல்லாம் செய்வார்கள்.

சுருக்கமாகச் சொல்லவேண்டும் என்றால், பணம் செலவு செய்யாமல் இருப்பது மட்டும் அல்ல, ஏனைய வளங்களையும் பாதுகாப்பதன்மூலம் சேமிப்பையும் வளர்க்கிறார்கள்.

மூத்தோர் மட்டும் அல்ல, இன்றைய இளைய தலைமுறையும் தெரிந்துகொள்ளவேண்டிய முக்கியமான நாள் இது. தேவை இல்லாமல் அடிக்கடி புதுப்புது செல்போன்களை மாற்றுவது, டூவீலர் அல்லது கார்களை மாற்றிக்கொண்டே இருப்பது, 100 ரூபாய்க்கு பாப்கார்ன் சாப்பிடுவது என ஆரோக்கியத்தையும் கெடுத்துக்கொள்ளாமல், வித்தியாசமாக யோசித்துச் செயல்படுவதன் மூலம், நம் பர்ஸுக்கும் பாதுகாப்பு; ஆரோக்கியத்துக்கும் பாதுகாப்பு; சேமிப்பும் உயரும்; நிம்மதியான எதிர்காலம் உறுதி!

எளிமையே உச்சபட்ச அழகு. என்ன... ஒவ்வொரு மாதமும் ஒருநாளை ஒன்றுமே வாங்காத தினமாகக் கொண்டாடுவோமா?

14

பணத்தைச் சேமிக்க வேண்டும் என்கிற எண்ணம் காதலிக்கும்போது அல்ல, திருமணம் நெருங்கும்போதுதான் பலருக்கும் வருகிறது. சமீபத்தில் உறவினர் ஒருவரின் வீட்டுக்குப் போயிருந்தேன். அங்கே அஷ்வின் என்கிற ஐ.டி இளைஞர் என்னைச் சந்தித்தார். "சார், எனக்கு 25 வயசு. இன்னும் சில மாசங்கள்ல கல்யாணம். இதுவரைக்கும் ஒண்ணும் சேர்க்கலை. இனிமேல் அப்படி இருக்க முடியாது. என்ன பண்ணலாம்?" என்ற கேள்வியை சில விநாடிகளில் கேட்டுவிட்டு, பதிலை அதைவிட வேகமாக எதிர்பார்த்தார்.

அஷ்வினின் கேள்விதான் இதைப் படிக்கும் பல இளைஞர்களுக்கும் இருக்கும். அதற்கு நீங்கள் முதலில் செய்யவேண்டியது இதுதான்.

உடனே தொடங்குங்கள்!

'Start early' என்பார்கள். அதன் பலன் அபரிமிதமானது. சிறு வயதிலேயே சேமிக்கத் தொடங்க வேண்டும். 'பவர் ஆஃப் காம்பவுண்டிங்' அதாவது 'கூட்டுவட்டி என்பது உலகின் 8-வது அதிசயம்' என ஐன்ஸ்டீன் சொன்னதாகச் சொல்வார்கள். அதன் மகத்துவத்தைச் சரியாகப் புரிந்துகொண்டவர்கள் அதை 'ஈட்டுவார்கள்'. புரிந்துகொள்ளாதவர்கள் அதைக் 'கட்டுவார்கள்'. ஓர் உதாரணத்தின் மூலம் இதை ஈஸியாகத் தெரிந்துகொள்ளலாம்.

அஷ்வினின் தோழி ஷ்ரேயா, கெட்டிக்காரர்; 25 வயதிலேயே சேமிக்கத் தொடங்கியவர். ஆண்டுக்கு 10,000 ரூபாய் (அல்லது மாதாமாதம் சுமார் 835 ரூபாய் என வைத்துக்கொள்ளலாம்) அவர் 60 வயதில் ஓய்வுபெறுவார் என எடுத்துக் கொண்டால், அடுத்த 35 ஆண்டுகாலம் இந்தச் சேமிப்பு தொடரும். 60 வயதில் அவர் சேமித்த மொத்தத் தொகை 3,50,700 ரூபாயாக இருக்கும் அல்லவா!

பணத்தைப் பெருக்கும் ஃபார்முலாக்கள்:
இதுவரை பார்த்தவை...

1. ரூல் 72 = நம் பணம் எத்தனை வருடங்களில் இருமடங்கு ஆகும் என்று, கால அளவைக் கணக்கிட உதவும்.

2. ரூல் 114 அல்லது 115 = நம் முதலீடு எத்தனை வருடங்களில் மும்மடங்காகப் பெருகும் என்று, கால அளவைக் கணக்கிட உதவும்.

இனி . . .

ரூல் 144 என்பது, நம் முதலீடு நான்கு மடங்காகப் பெருக எடுத்துக்கொள்ளும் கால அளவைக் கணக்கிட உதவும். எப்படி?

144 என்ற எண்ணை, நம் முதலீடு இப்போது ஈட்டிக்கொண்டிருக்கும் வட்டி சதவிகிதத்தால் வகுத்தால் கிடைக்கும் எண்தான் அந்த விடை.

உதாரணமாக, நம் பணத்தை ஆண்டுக்கு 8 சதவிகித வட்டி கிடைக்கும்படி முதலீடு செய்திருப்பதாக வைத்துக்கொள்வோம். எண் 144-ஐ 8-ஆல் வகுக்க வேண்டும். கிடைக்கும் விடை என்னவோ ஏறத்தாழ அத்தனை ஆண்டுகள் ஆகும், நம் பணம் நான்கு மடங்காகப் பெருகுவதற்கு.

144 / 8 = 18

ஆண்டுக்கு 8 சதவிகித வட்டி தரக்கூடிய முதலீட்டில் நம் பணத்தைப் போட்டுவைத்தால், அது சுமார் 18 ஆண்டுகளில் நான்கு மடங்காகப் பெருகும். என்ன ஒன்று, இந்தக் காலகட்டத்தில் வட்டி விகிதம் மாறக் கூடாது. அதற்குத்தக்க கூடவோ, குறையவோ செய்யலாம்.

இந்த ஃபார்முலாவை வேறுவிதமாகவும் பயன்படுத்தலாம்.

நம் பணம், பத்தே ஆண்டுகளில் நான்கு மடங்காகப் பெருக வேண்டும் என்றால், வருடத்துக்கு எத்தனை சதவிகிதம் வட்டி தரக்கூடிய முதலீட்டில்

ஆனால் அஷ்வினோ, கொஞ்சம் ஊதாரி; சேமிப்பின் முக்கியத்துவத்தைத் தாமதமாகத்தான் உணர்கிறார். இதற்குள் அவர் திருமணமும் முடிந்து கையில் குழந்தை வேறு! சேமிக்கத் தொடங்கும்போது அவருக்கு வயதோ 30. ஷ்ரேயாவைப் போலவே அஷ்வினும் ஆண்டுக்கு 10,000 ரூபாய் சேமிக்கத் தொடங்கு கிறார். ஓய்வுபெறும் வயதான 60-க்கு இன்னும் 30 ஆண்டுகாலம் இருக்கிறது. ஓய்வுபெறும்போது அவர் சேமித்த மொத்தத் தொகை மூன்று லட்சம் ரூபாயாக இருக்கும்.

ரூல் 72, 115, 144 ஆகியவற்றைப் பயன்படுத்தி உத்தேசமாக நம் பணம் இருமடங்காக அல்லது மும்மடங்காக அல்லது நான்கு மடங்காகப் பெருகுவதற்கு எடுத்துக்கொள்ளும் ஆண்டுகள் எத்தனை எனக் கணக்கிட்டுப் பட்டியலிடலாமா?

விதி எண்	வட்டி சதவிகிதம் - ஆண்டுக்கு:	4%	5%	6%	7%	8%	9%	10%	11%	12%
72	இருமடங்காகப் பெருக எடுத்துக்கொள்ளும் ஆண்டுகள்	18	14.4	12	10.3	9	8	7.2	6.5	6
115	மும்மடங்காகப் பெருக எடுத்துக்கொள்ளும் ஆண்டுகள்	28.8	23	19.2	16.4	14.4	12.8	11.5	10.5	9.6
144	நான்கு மடங்காகப் பெருக எடுத்துக்கொள்ளும் ஆண்டுகள்	36	28.8	24	20.6	18	16	14.4	13.1	12

இந்த மாதிரி ஒரு டேபிள் வொர்க்அவுட் செய்து கையில் வைத்துக்கொண்டால், உதவிகரமாக இருக்கும்; பல முதலீடுகளை ஒப்பிட்டுப் பார்த்து முடிவு எடுக்க வசதியாக இருக்கும்.

போட வேண்டும்? எண் 144-ஐ, ஆண்டுகளால் வகுக்க வேண்டும். அதாவது, 144-ஐ 10-ஆல் வகுக்க வேண்டும்.

144 / 10 = 14.40

ஆண்டுக்கு 14.40 சதவிகித வட்டி தரக்கூடிய முதலீட்டில் போட்டால் மட்டுமே சுமார் பத்து ஆண்டுகளில் நம் பணம் நான்கு மடங்காகப் பெருகும்.

எல்லாம் சரி, முதலீடு செய்ய பணத்துக்கு எங்கே போவது என்கிறீர்களா? ஆடி மாதம் மட்டும் அநாவசியமாக எதுவுமே வாங்குவது இல்லை என முடிவு எடுத்தால் சேமிக்கலாம். பின்னர் எல்லா மாதமுமே அது பழக்கமாகிவிடும்!

இதுவரை எல்லாம் சரி; ஐந்து ஆண்டுகள் முன்னதாகவே தொடங்கிய ஷ்ரேயா, அதிகத் தொகை சேமித்திருக்கிறார். மொத்தத்தில் அஷ்வினைவிட 50 ஆயிரம் ரூபாய் கூடுதல் சேமிப்பு ஷ்ரேயாவிடம். இது ஒருபக்கம் இருக்கட்டும். அதன் மீதான வருவாய்?

இருவரும் ஒரே மாதிரியான முதலீட்டுத் திட்டத்தில்தான் பணம் போட்டிருக்கிறார்கள். பங்குச்சந்தை குறியீடு சார்ந்த மியூச்சுவல் ஃபண்ட் திட்டம் அது. கொஞ்சம் ரிஸ்க் இருந்தாலும் நீண்டகால அடிப்படையில் சராசரியாக

அஷ்வினுக்கு, சேமிப்பு மற்றும் முதலீட்டுக்கான செக்லிஸ்ட்:

1. முழுக்குடும்பத்தையும் இன்வால்வ் செய்யவேண்டும். அவர்கள் ஒத்துழைப்பு இல்லாமல் சேமிக்க முடியாது; செல்வம் சேர்க்க முடியாது.

2. சிக்கனம் தேவை. அத்தியாவசியச் செலவுக்கு யோசிக்கவே கூடாது. அதே சமயம் அநாவசியச் செலவுகளைத் தவிர்க்க வேண்டும்.

3. வரவு – செலவு = சேமிப்பு என்பது, பழைய ஃபார்முலா. வரவு – சேமிப்பு = செலவு இதுதான் புதிய ஃபார்முலா.

4. காப்பீடு, நம் முதலீட்டைப் பாதுகாக்கும். எனவே, வரவு – காப்பீடு – சேமிப்பு = செலவு. இது சூப்பர் ஃபார்முலா!

5. மாதாமாதம் சேமிப்பதைக் கட்டாயமாக்குங்கள், சம்பளம் வாங்குவதைப்போல!

6. முதலீட்டுக் கலையைக் கற்றுக்கொள்ளுங்கள். ரொம்ப கஷ்டம் எல்லாம் கிடையாது. மெண்டல் ப்ளாக் எல்லாம் மனதில்தான். பழகப்பழக எளிதாகப் புரியும். எதுவும் இலவசம் அல்ல.

7. பல திட்டங்களை சீர்தூக்கிப் பாருங்கள், பின்னர் முடிவு எடுங்கள்.

15 சதவிகித வருவாய் மற்றும் ஆதாயம் தர வாய்ப்பு உள்ளது. இருவரும் சேமித்த முதல் மற்றும் அது ஈட்டிய வருவாயையும் ஆதாயத்தையும் சேர்த்துக் கணக்கிட்டால் வரும் வித்தியாசம் கொஞ்சம் மலைப்பாகத்தான் இருக்கும்.

ஓய்வுபெறும் வயதில் அஷ்வினின் வசம் 49 லட்சம் ரூபாய் மட்டுமே இருக்கும். ஆனால், ஷ்ரேயாவின் முதலீடோ பல்கிப்பெருகி ஒரு கோடி ரூபாயைத் தாண்டியிருக்கும். கவனியுங்கள், இருவரின் சேமிப்புத் தொகையில் வித்தியாசம் வெறும் 50 ஆயிரம் மட்டுமே. ஆனால், அது ஈட்டிய வருவாய், அதன் மீதான தொடர் வருவாய் காரணமாக இறுதியில் மொத்த வித்தியாசம் என்பது, அரை கோடி ரூபாய்க்கு மேல். அம்மாடியோவ்..! இதுதான் கூட்டுவட்டியின் மகத்துவம்.

8. பல்வகை முதலீடுகளில் பிரித்து முதலீடு செய்து, ரிஸ்க்கைக் குறைத்துக்கொள்ளுங்கள்.

9. இன்ஷூரன்ஸ் முகவர் முதல் ப்ரீமியம் கட்டுகிறார் என்பதற்காக, கண்களை மூடிக்கொண்டு முதலீடு செய்யாதீர்கள்.

10. ஓரளவுக்கு ரிஸ்க் எடுக்கத் தயங்காதீர்கள். ரிஸ்க்கே எடுக்காமல் இருப்பதுதான் வாழ்க்கையில் மிகப்பெரிய ரிஸ்க்!

11. முதலீடுகளை அவ்வப்போது மறுபரிசீலனை செய்யுங்கள். தவறான முதலீடு எனத் தெரியவந்தால் யோசிக்காமல் களை எடுங்கள்!

12. ஒரு ரூபாய் சேமித்தால்... அது ஒரு ரூபாய் சேமிப்பு மட்டும் அல்ல, அந்த ஒரு ரூபாய் எதிர்காலத்தில் ஈட்டக்கூடிய வட்டியையும் சேர்த்துச் சேமித்ததாக அர்த்தம்.

13. முக்கியமாக, வரிச்சேமிப்புத் திட்டங்களில் முதலீடு செய்யுங்கள்.

14. அதிமுக்கியமாக பணவீக்கத்தைத் தாண்டிய முதலீடுகளில் பணத்தைப் போடவும்.

15. முடியும் என்ற பாசிட்டிவ் எண்ணத்தோடு திட்டமிடுங்கள்.

நமக்கு முக்கியமான பாடம் என்னவெனில், கல்லூரிப் படிப்பு முடித்து வேலையில் சேர்ந்த உடனேயே சேமிக்கத் தொடங்க வேண்டும். கோயிலுக்குச் செல்வதைப்போல, பேப்பர் படிப்பதைப்போல, டி.வி பார்ப்பதைப்போல சேமிப்பையும் வழக்கமாக்கிக்கொள்ள வேண்டும். நம் ஆரம்ப வாழ்க்கையிலேயே அதை முக்கிய அங்கமாக்கிவிட வேண்டும்.

21 வயது தொடங்கி மாதாமாதம் 1,000 ரூபாய் மியூச்சுவல் ஃபண்டில் போட்டுவந்தால், ரிட்டையராகும்போது கோடிக்கணக்கில் பணம் புரளவைக்க முடியும். இது சாத்தியம். கொஞ்சம் திட்டமிடுதலும் ஆலோசனையும் அவசியம், அவ்வளவுதான்.

சம்பாதிக்க ஆரம்பிச்சாச்சா... இனியும் தள்ளிப்போடாதீர்கள். இப்போதே, தொடங்குங்கள் உங்கள் சேமிப்பை. நாம் தள்ளிப்போடவேண்டியது செலவைத்தான், சேமிப்பை அல்ல!

15

ஆன்லைன், அரக்கனா... அற்புதமா?

"ஆன்லைன்னாலே செலவுதாம்பா! ஃப்ளிப்கார்ட், அமேஸான், ஸ்நாப் டீல், மிந்த்ரா-னு நம்ம பர்ஸைக் காலி பண்றதுக்குன்னே வரிசை கட்டி நிக்கிறாங்க - " என மகன் ஷ்யாமைப் பார்த்து அலுத்துக்கொண்டார் மகாதேவன்.

"கூல் டாட்" என்றாள் கல்லூரிக்குச் செல்லும் மகள் ஸ்வாதி.

அதுவும் ஓரளவுக்கு உண்மைதானே!

சுவிட்ச் ஆன் செய்து, கம்ப்யூட்டரில் ஷாப்பிங் செய்யக்கூட கொஞ்சம் தாமதம் ஆகலாம் என்பதால், இப்போது ஸ்மார்ட்போன் மூலமாகவும் ஷாப்பிங் செய்வது எளிதாக இருக்கிறது.

'சேம்டே டெலிவரி' என அதே நாளில் டெலிவரி செய்ய, கூடுதல் கட்டணம் வேறு தனியாக வசூலிப்பார்கள்.

அதிலும் கிரெடிட் கார்டை லிங்க் செஞ்சுட்டா போதும், வாங்கிக் குவிக்கலாம். மாசக் கடைசியில் பில் வரும்போதுதான் தெரியும் தலைவலி எல்லாம்!

கவலை வேண்டாம். அதுக்கும் இப்போ வழி வெச்சிருக்காங்க. 'இப்பவே முழுசா கொடுக்கணும்னு இல்லை, ஈஸி இன்ஸ்டால்மென்ட்ல பணத்தைத் திருப்பிக் கொடுத்தா போதும்'னு ஆசை காட்டுவாங்க.

தலைகீழாக நின்னாவது, நமக்குத் தேவையே இல்லாத பொருளைக்கூட பல சமயங்களில் நம்மை வாங்கவைப்பதுதான் ஆன்லைன் என்பதில் துளியும் சந்தேகம் வேண்டாம்.

ஆனால், எந்த ஒரு டெக்னாலஜி வளர்ச்சிக்கும் இரு பக்கங்கள் உண்டு என்பதை மறக்கக் கூடாது. கூரான கத்திக்கும் இருபக்கங்கள் உண்டு; நாணயத்துக்கும் இருபக்கங்கள் உண்டு. அதன் எந்தப் பக்கத்தைப் பார்க்கிறோம் என்பதைப் பொறுத்து அதன் பயன்பாடு மாறுபடும்.

பொதுவா, இந்த மாதிரி கமெண்ட்டுக்கு பதில் சொல்லாமல் செல்லும் ஷ்யாம், ஒரு நிமிடம் நின்று நிதானித்தான். “டாட், டு யூ ஹாவ் எ மினிட்?” என்றான் ஷ்யாம்.

கல்லூரி முடித்து வேலைக்குச் சேர்ந்திருக்கும் ஷ்யாம், தேவை இல்லாமல் பேசமாட்டான். அப்படிப் பேசினால், டீட்டெயிலாகப் பேசுவான்.

“ஆன்லைன்ல வாங்கிறதுனால, எவ்வளவு எல்லாம் மிச்சம் செய்திருக்கிறேன் பார்’ எனச் சொல்லப்போறான். தெரிஞ்சதுதானே! நாம சொல்றதை எல்லாம் இந்தத் தலைமுறை என்னைக்குக் கேட்டிருக்கு? எப்பவும் எதிர்ப் பேச்சுத்தான். இன்னைக்கு இவனுக்கு லீவு வேற. நல்லா மாட்டிக்கிட்டோம்’ என நினைத்துக் கொண்டு, “சொல்லு” என்றார் மகாதேவன்.

“நான் வேலைக்குச் சேர்ந்து கிட்டத்தட்ட ஒரு வருஷம் ஆகப் போகுது. இன்றைய தேதியில் என் மொத்த சேமிப்பு எவ்வளவு தெரியுமா?” என்றான்.

அவருக்கு ஓரளவுக்குத் தெரியும். அவரிடம் சொல்லாமல் எதுவும் செய்யமாட்டான் ஷ்யாம் - அதுவும் பண விஷயத்தில்.

எல்லா செலவுகளையும் அவர் பார்த்துக்கொள்வதால், அவனுடைய சில்லறைச் செலவுகள் போக மாதம் 10,000 ரூபாய்க்குக் குறையாமல் சேமித்து வருகிறான். அதனால், “குத்துமதிப்பாக ஒரு லட்ச ரூபாய்க்குமேல் இருக்கலாம்” என்றார்.

“அந்தப் பணத்தை என்ன மாதிரியான முதலீட்ல போட்டு வெச்சிருக்கேன் தெரியுமா?” என்றான்.

ஏதோ அவன் சொன்னதாக நினைவு. இப்போ சுத்தமா மறந்துபோச்சு. மையமா தலையை ஆட்டினார்.

“அது இப்போ எவ்வளவா பெருகியிருக்குன்னு தெரியுமா?” என்றான்.

“இதெல்லாம் நான் எப்படிப்பா ஞாபகம் வெச்சுக்கிறது? எழுதிக்கூட வெச்சுக்கலையே” என்றார்.

“டோன்ட் வொர்ரி டாட். அதெல்லாம் தேவையே இல்லை. எல்லாத்தையும் ஒண்ணா கூட்டிக் கழிச்சு நமக்குச் சொல்ல ஒருத்தர் இருக்கார்” என்றான் ஷ்யாம்.

“யாரு... நம்ம ஆடிட்டரா? இப்பெல்லாம் அவரு ரொம்ப பிஸியாச்சே! ரிட்டர்ன் ஃபைல் பண்ணவே அவருக்கு நேரம் இல்லை.

நீ போட்டிருக்கிற இந்தச் சின்னத் தொகையை கணக்குவெச்சு சொல்றதுக்கு எல்லாம் ஒரு ஆளா... கட்டுப்படியாகுமா?" என்றார்.

"சம்பளம் கொடுக்கிறதா யார் சொன்னது? பைசா சம்பளம் இல்லை. ஒரு கட்டணமும் கிடையாது. ஒருத்தர் இல்லை, பலர் இருக்காங்க. ஆனா இணையத்துல!"

"உதாரணமா, moneycontrol.com இணைய தளத்தில் நம்ம முதலீட்டை ஒட்டுமொத்தமா நிர்வகிக்கலாம். இதுக்காகவே தனியா நம்ம பேர்ல ஒரு கணக்கு திறக்கலாம் முற்றிலும் இலவசமா!"

"இது எப்படி ஷ்யாம் வேலைசெய்யுது?"

"நம்முடைய பலதரப்பட்ட முதலீடுகளை இதில் பதிவுசெய்து வெச்சுக்கலாம். ஏதாவது புதுத் திட்டங்கள்ல அல்லது அதே திட்டங்கள்ல முதலீடு செய்யும்போது அவற்றையும் இதில் பதிவுசெய்து வெச்சுக்கலாம். அந்தத் திட்டம்/திட்டங்கள் முதிர்வடைஞ்சு பணத்தை வெளியே எடுக்கும்போது, அதையும் பதிவுசெஞ்சு வெச்சுக்கலாம். இப்படியே ஏதாவது திட்டங்கள்ல பணத்தைப் போடும்போதும் சரி, திரும்ப வெளியே எடுக்கும்போதும் சரி, எல்லாத்தையும் இந்த இணையதளத்தில் பதிவுசெஞ்சு வெச்சுக்கிட்டே வரலாம்."

"சரி, எந்தெந்த மாதிரி திட்டங்கள்ல நம்ம முதலீடு செய்றதை இதில் ட்ராக் செய்ய முடியும்?"

"கிட்டத்தட்ட எல்லாம்! வங்கியில் போடக்கூடிய ஃபிக்ஸட் டெபாசிட், கம்பெனி டெபாசிட், ரெக்கரிங் டெபாசிட், பப்ளிக் புராவிடென்ட் ஃபண்ட், கடன் பத்திரங்கள், தேசிய சேமிப்புப் பத்திரம், அஞ்சலகச் சேமிப்பு போன்றவை.

தங்கம், வெள்ளி, யூலிப் போன்ற காப்பீட்டுத் திட்டங்கள். மியூச்சுவல் ஃபண்ட் திட்டங்கள், எஸ்.ஐ.பி முறையில் செய்யக்கூடிய தவணைமுறை முதலீடுகள், பங்குச்சந்தை முதலீடுகள்.

இந்த முதலீடுகளை எந்தெந்தத் தேதிகளில் செய்தோம், ஒவ்வொரு திட்டத்திலும் எவ்வளவு பணம் போட்டோம், அதன் இன்றைய மதிப்பு என்ன, இன்றைய தேதியில் எவ்வளவு ஆதாயம் அல்லது இழப்பு எனும் விவரங்களையும் தருகிறது.

இந்தப் பட்டியல், நம் முதலீடுகளோடு மட்டும் நிற்கவில்லை. நாம் வாங்கக்கூடிய கடன் பற்றிய விவரங்களையும் இதில்

போட்டுவைக்கலாம். அவை, ஹவுஸிங் லோன், வாகனக் கடன், கல்விக் கடன், பெர்சனல் லோன், இதர கடன்கள்.

கடன் தொகை எவ்வளவு, எப்போது பெற்றோம், வட்டி எத்தனை சதவிகிதம், திருப்பிக் கட்டவேண்டிய காலகட்டம் எத்தனை ஆண்டுகள், மாதாந்திரத் தவணைத்தொகை எவ்வளவு போன்ற விவரங்களும் இதில் அடங்கும்.

நிலம், வீடு, அப்பார்ட்மென்ட், அலுவலகக் கட்டடங்கள், இதர சொத்துக்கள் என, நம் சொத்து விவரங்களையும் இதில் பதிவுசெய்து கொள்ளமுடியும்.

எந்தத் தேதியில் வாங்கினோம், என்ன விலைக்கு வாங்கினோம் போன்ற அனைத்து விவரங்களையும் பதிவுசெய்வதன் மூலம், பின்னர் அந்தச் சொத்தை ஒருநாள் விற்கும்போது எவ்வளவு வரி கட்ட வேண்டும் எனக் கணக்கிடவும் உதவியாக இருக்கும்.

இப்படி ஒரே இடத்தில் நம் மொத்த சொத்துக்கள், முதலீடுகள், கடன்கள் எல்லாவற்றையும் பதிவுசெய்யும்போது அன்றைய தேதியில் நம் மொத்த நிகரச் சொத்துமதிப்பு எவ்வளவு என்பது தெளிவாகிறது.

இப்படி எல்லா விவரங்களும் ஒரே இடத்தில் கிடைக்கும்போது, நம் எதிர்காலத்தை / ஓய்வுகாலத்துக்குத் தேவையானதைத் திட்டமிட இது பேருதவியாக இருக்கும்.

இதே மாதிரி, 'ET Portfolio Mprofit' என பயனுள்ள இன்னும் சில இணையதளங்கள் இருக்கின்றன.

இவற்றில் சில, நம் ஐபோன் அல்லது ஆண்ட்ராய்டு மொபைல்போனில் டவுண்லோடு செய்து பயன்படுத்தும் வகையில் 'ஆப்'களும் உள்ளன. அவற்றையும் பயன்படுத்தலாம்.

பணம் சேமிக்க இன்னும் பல விஷயங்கள் இருக்கின்றன. "ஆன்லைனில் நேரம் கிடைக்கும்போது சொல்கிறேன் டாட்" எனச் சொல்லியபடியே, டென்னிஸ் ராக்கெட்டோடு பைக்கில் பறந்தான் ஷ்யாம்.

ஆன்லைனில் பணம் பண்ண முடியுமோ இல்லையோ; நிச்சயம் சிக்கனமாக இருக்கவும் சேமிக்கவும் நிறையவே வழிவகைகள் உள்ளன. பயன்படுத்துவது நம் கைகளில்தான் உள்ளது. ஷ்யாம் போன்ற இன்றைய இளைய தலைமுறையினர் இதையும்தான் தெரிந்து வைத்திருக்கிறார்கள்.

16

இப்போது எல்லாம் மகாதேவன் ரொம்ப பிஸி... அதுவும் ஆன்லைனில்!

நம் சேமிப்பை நிர்வகிப்பதற்கு ஆன்லைன் இணையதளங்களை எப்படிப் பயன்படுத்தலாம் என, அவருடைய மகன் ஷ்யாம் சொல்லிக்கொடுத்ததில் இருந்துதான் இப்படி! என்ன ஒன்று, மொபைல் போனில் 'ஆப்' டவுன்லோடு செய்து பயன்படுத்துவது மட்டும், இன்னமும் கொஞ்சம் சரிவரப் பிடிபடவில்லை. மற்றபடி ஹைடெக்தான்.

ஆனாலும், உள்மனதில் அவருக்கு ஒரு சின்ன சந்தேகம். இந்த மொத்த விவரங்களும் அப்படியே ஒருநாள் ஆன் லைனிலேயே தொலைந்து போய்விட்டால்?

“கவலையேபடாதீங்கப்பா... இருக்கவே இருக்கு பேக்அப். நாம் அதில் உள்ளீடுசெய்த மொத்த விவரங்களையும் அப்படியே ‘சேவ்’ செய்து நம் கம்ப்யூட்டரிலேயே வெச்சுக்கிற வசதியும் இருக்கு. அதை ஒரு ‘எக்செல்’ ஷீட்டாகவே டவுன்லோடு பண்ணிக்கலாம். தேவைப்பட்டா, அவ்வப்போது அதை ஒரு ப்ரின்ட் அவுட் எடுத்தும், ஃபைல் செஞ்சு வெச்சுக்கலாம்.

அப்படி டவுன்லோடு செய்ததை, கூகுள் டிரைவிலும் சேமிச்சுவெச்சுக்கலாம்; எங்கே பயணம் செய்தாலும் பார்த்துக்க முடியும்” என அப்பாவுக்குத் தெளிவுபடுத்தினார் ஷ்யாம்.

“அது மட்டும் இல்லப்பா… நாம செய்த முதலீடு மீது அன்றைய தேதியில் எவ்வளவு வருவாய் அல்லது லாபம் போன்ற விவரங்களையும், உடனடியாகப் பெறமுடியும் என்பதுதான் இதன் முக்கிய வசதி. இன்றைய தேதியில் நம் நிகரச் சொத்து மதிப்பு என்ன என்பதை முழுமையாகப் பார்க்க முடியும்” எனச் சொல்லிக்கொண்டு வரும்போதே மகாதேவன் முகம் மாறுவதைக் கவனித்தான் ஷ்யாம்.

“என்னப்பா... ஏதோ யோசனை?”

“இல்ல.... நம்ம சேமிப்பு/முதலீடு விவரங்களை எல்லாம் பொதுவெளியில் போட்டுவைக்கிறதுல ஆபத்து இல்லையா? யார் வேணும்னாலும் பார்க்க முடியுமே?” என்றார் கொஞ்சம் யோசனையுடன்.

“உண்மைதான். நமக்குனு பாஸ்வேர்டு எல்லாம் கொடுத்து பாதுகாப்பா நாம மட்டுமே பார்க்க முடியும்னு சொன்னாலும், இந்தச் சேவையை வழங்கக்கூடிய பெரும்பான்மையான நிறுவனங்கள் இந்தத் தகவல்களை அணுகமுடியும். இந்தக் கணக்கைத் திறக்கும் முன்பே, அதற்கான அனுமதியை நம்மிடமே பெற்றுவிடுகிறார்கள். நாம்தான் எல்லாவற்றுக்கும் ‘ஐ அக்ரீ’னு க்ளிக் செஞ்சுடறோம்ல.”

“அப்படின்னா யாரும் பார்க்காம நாம மட்டும் பார்க்கிறமாதிரி சாஃப்ட்வேர் இல்லையா?”

“இருக்குப்பா… ஆனால், அதில் ரெண்டு விஷயங்கள். ஒன்று, மேலே சொன்ன இணையதளங்களைப்போல அவை இலவசமாகக் கிடைப்பது இல்லை. விலைகொடுத்து வாங்க வேண்டும். அதனால, நம்ம மொத்த முதலீட்டைக் கணக்குல

எடுத்துக்கிட்டு, அதுக்கு இந்த சாஃப்ட்வேர் வேணுமானு யோசிக்கணும்; என்னோடது சின்ன போர்ட்ஃபோலியோங்கிற தால், பாதுகாப்பைப் பற்றி நான் அதிகம் கவலைப்படலை" என்றான் ஷ்யாம்.

"இதுவரைக்கும் நீ சொன்னது எல்லாம் வெச்சு யோசிச்சுப் பார்த்தேன்... 'பணம் சேமிக்க ஆன்லைன் அருமையான டூல்'னு சொல்ற. ஆனா, நம் சேமிப்பையும் முதலீட்டையும் நிர்வாகம் பண்றதுக்குத்தான் அது பயன்படும்போல. ஆனா, இதுல சேமிப்பு எதுவும் இல்லையே?"

" 'என்னடா... நீங்க இன்னும் இந்தக் கேள்வியைக் கேட்கலையே?'னு நெனச்சேன்; கேட்டுட்டீங்க... நிறையச் சேமிப்பு இருக்குப்பா. ஒவ்வொண்ணா சொல்லட்டுமா?" என ஆரம்பித்தான் ஷ்யாம் உற்சாகமாக.

"முதல்ல இன்ஷூரன்ஸை எடுத்துக்குவோம். எனக்கு இன்ஷூரன்ஸ் தேவைங்கிறது மட்டுமே தெரியும். ஆனா, எனக்கு ஏற்ற இன்ஷூரன்ஸ் எது? எவ்வளவு தொகைக்கு நான் இன்ஷூரன்ஸ் பண்ணணும்? எத்தனை வருடங்களுக்குப் பண்ண முடியும்? இதெல்லாம் எப்படித் தெரிஞ்சுக்கிறது? இந்த மாதிரி விஷயங்களைப் பொதுவா காப்பீட்டு முகவர்கள்கிட்டதானே

கேட்டுப் பெறுவோம்? இன்னைக்கு இருக்கிற பிஸியில அப்படிச் செய்யணும்னா, ஒரு விடுமுறை நாள்லதான முடியும். ஒருவேளை இன்ஷூரன்ஸ் ஏஜெண்ட் வந்தாலும், வேண்டாவெறுப்பா ஏதேதோ பேசி அனுப்பிடுறோம். ஏன்னா, நமக்கு பாதி விஷயங்கள் புரியறதே இல்லை; அதற்கு நேரமும் இல்லை. கட்டாயத்தின் காரணமா, பல சமயங்கள்ல நமக்குத் தேவையே இல்லாத பாலிசியை எடுத்துடுவோம். அப்படி எல்லாம் இல்லாம, அவசரப்படுத்தாம, நம்மைக் கட்டாயப்படுத்தாம, நமக்கு ஃப்ரீயா நேரம் கிடைக்கும்போது, நம்மைக் கைபிடித்து அழைத்துச்செல்ல விவரமான ஒருவர் இருந்தா எப்படி இருக்கும்? இன்டர்நெட்ல அது முடியும்" என்றார் ஷ்யாம்.

"அது எப்படி?"

"பல இணையதளங்கள் இருக்குப்பா; உதாரணம்... பாலிசி பஜார்.காம்.

இது சூப்பர் மார்க்கெட் மாதிரி. பொதுவாக, ஒரு காப்பீட்டு முகவர் குறிப்பிட்ட ஒரு நிறுவனத்தின் பாலிசிகளைக் கொடுக்க முயற்சி செய்வார். ஆனால், இங்க அதற்கு நேர்மாறா, பல்வேறு இன்ஷூரன்ஸ் கம்பெனிகள் வழங்கக்கூடிய பாலிசிகள், அதன் ப்ரீமியம் தொகை பற்றிய எல்லா விவரங்களும் இருக்கும். நமக்குப் பிடித்த நிறுவனத்தைத் தேர்ந்தெடுக்கலாம்.

அதுமட்டும் அல்ல; நம் வயசு, ஆணா - பெண்ணா, எந்த மாதிரி பாலிசி வேணும்னு சில விவரங்களைப் பதிவுசெய்தால், பல்வேறு வகைப்பட்ட பாலிசிகள் அலசி ஆராயப்பட்டு, நமக்குத் தேவையான பாலிசிகளையும் அதற்கான கட்டணங்களையும் பரிந்துரைசெய்வதும் உண்டு.

இப்படி பல்வேறு நிறுவனங்கள் வழங்கக்கூடிய ஒரே மாதிரியான பாலிசிக்கான ப்ரீமியம் கட்டணத்தை ஒப்பிட்டுப்பார்த்து, எது மிகக் குறைவான ப்ரீமியம் எனச் சொல்வதால், நமக்கு உட்கார்ந்த இடத்தில் இருந்தே பணம் மிச்சமாகிறது. அலைச்சலும் இல்லை. பலபேரைப் பார்த்து கலெக்ட் செய்யவேண்டிய விவரங்கள் அனைத்தும் ஒருசேர ஒரே இடத்தில் கிடைக்கின்றன. இன்றைய தேதியில் ஏறத்தாழ 25-க்கும் மேற்பட்ட நிறுவனங்களின் 250-க்கும் மேற்பட்ட பல்வேறு பாலிசிகளை அதன் மூலமாக அலசி ஆராயமுடியும்.

உங்களுக்கு ஒண்ணு தெரியுமா? கேன்சருக்கு மட்டும் அல்லாது டெங்கு காய்ச்சலுக்கும் காப்பீடு இருக்குங்கிறதே இதைப் பார்த்துத்தான் நான் தெரிஞ்சுக்கிட்டேன்" என முடித்தார் ஷ்யாம்.

மகாதேவன் விடவில்லை...

"லைஃப் இன்ஷூரன்ஸ் மட்டும்தான் இப்படி ஆன்லைனா?" என்றார்.

"கிட்டத்தட்ட எல்லாக் காப்பீடுகளுமே இப்படி ஆன்லைன்ல கிடைக்குது. அந்தந்த நிறுவனத்தின் வெப்சைட்டுக்குப் போயும் பார்க்கலாம். ஆனா, அவங்களோட விவரம் மட்டும்தான் அங்க இருக்கும். இந்த பாலிசி பஜார் வெப்சைட்டுக்குப் போனா பல நிறுவனங்கள் பற்றின விவரங்களையும் பார்க்கலாம். அதுமட்டும் இல்லை; கார் இன்ஷூரன்ஸ், டூ வீலர் இன்ஷூரன்ஸ், வீட்டுக்கு இன்ஷூரன்ஸ், ஹெல்த் இன்ஷூரன்ஸ், வரிச் சேமிப்பு இன்ஷூரன்ஸ் திட்டங்கள், ஓய்வுகால பென்ஷன் திட்டங்கள் உள்ளிட்ட பல விவரங்களும் ஒருசேரக் கிடைக்கும். ரொம்ப வசதி" என்றான் ஷ்யாம்.

"அப்படின்னா இனிமே இன்ஷூரன்ஸ் ஏஜென்ட்டே தேவை இல்லை; நாமளே நேர வாங்கிக்கலாம்போல?" என்றார் மகாதேவன்.

"அப்படிச் சொல்ல முடியாதுப்பா; இன்னைக்கும்கூட பலருக்கு ஒரு தனிப்பட்ட ஹ்யூமன் டச் தேவை. நம் குடும்பச் சூழலை முழுமையாப் புரிஞ்சுக்கிட்டு நமக்கு மிகப் பொருத்தமான பாலிசியைத் தேர்ந்தெடுக்க நல்ல ஆலோசகர்கள் தேவை. ஆனால், அவர்களை அணுகும் முன்பே, நம்மை நாம் தயார்ப்படுத்திக்க வேணாமா? ஒண்ணுமே தெரியாம ஒருவரிடம் ஆலோசனை கேட்பதைவிட, ஒரு விஷயத்தைப் பற்றி ஓரளவுக்காவது தெரிஞ்சுக்கிட்டு பின்னர் அவரை அணுகுறது நல்லது இல்லையா? நாம் ஏமாறாமல் இருக்கவும் அது உதவுமே."

"இதேமாதிரி கடன் வாங்க/டெபாசிட் செய்ய வட்டி விகிதங்களை ஒப்பிட்டுப் பார்த்து சாமர்த்தியமா பணத்தைக் கையாள, பேங்க் பஜார் மற்றும் பைசா பஜார்னு சில இணையதளங்கள் இருக்குப்பா. அதெல்லாம் இன்னொரு நாள் சொல்றேன்" என நெட்ஃப்ளிக்ஸை ஆன் செய்தான் ஷ்யாம்!

17

'ஜியோ... ஜியோ...' என ஒரு வாரம் பாட்டாகப் பாடிக்கொண்டே இருக்கிறாள் ஸ்வாதி. 'டேட்டா ரொம்ப சீப் டாட்' என அவள் அடிக்கடி சொல்லிக் கொண்டிருந்தாள். எங்கே பத்தாவது முறையாக போன் நம்பரை மாற்றிவிடுவாளோ எனத் தோன்றியது மகாதேவனுக்கு.

அடிக்கடி போனை மாற்றுவது மகாதேவனுக்குப் பிடிக்காத ஒன்று. 'எதற்கு தேவையில்லாத வெட்டிச் செலவு' என்பார். பேசுவதற்கும் எஸ்.எம்.எஸ் அனுப்புவதற்கு மட்டும்தான் போன் எனும் எண்ணம் உள்ளவர். அவற்றை ஒரு போன் செய்கிறது எனில், ஏன் அதை அடிக்கடி மாற்ற வேண்டும்?

அதுமட்டுமா? அவள் போனைத் திறந்தால் அதில் முழுக்க ஆப்களாகத்தான் இருக்கும். ஃபேஸ்புக், ட்விட்டர், ஜிமெய்ல் மட்டும் அல்ல... அமேஸான், ஃப்ளிப்கார்ட், மிந்த்ரா, இ-பே என ஷாப்பிங் 'ஆப்'கள் வேறு. அடிக்கடி எதையாவது வாங்கிவைக்கப் போகிறாள் என உள்ளூர அவருக்கு யோசனை இருந்தாலும், அதை வெளிப்படையாகக் கேட்கமாட்டார். அதுக்கும் ஏதாவது சாமர்த்தியமாகப் பதில் வைத்திருப்பாள் ஸ்வாதி. ஆனால், இன்று அவளிடம் கேட்டுவிட வேண்டும்என முடிவெடுத்திருந்தார் மகாதேவன்.

"ஸ்வாதி... இங்க வாம்மா" என்றார். அப்பா காரணம் இல்லாமல் கூப்பிட்டாலே, ஏதோ ஒரு விஷயம் இருக்கும் என அவள் மூளைக்குள் ஆன்ட்டனா அப் ஆகிவிடும். ஒரு டிஃபென்சிவ் மோடுக்குப் போய்விடுவாள்.

"சொல்லுங்கப்பா" என்றாள்.

"ஒண்ணும் இல்லம்மா... உன் போன் முழுக்க, 'ஆப்'களாக இருக்கே. எல்லாம் நம்மைச் செலவுசெய்யத் தூண்டுவதற்குத் தானே?" என்றார் மகாதேவன்.

ஸ்வாதி பதில் சொல்லத் தொடங்கும் முன்னரே ஷ்யாம் வந்துசேர்ந்தான். தப்பித்தாள் ஸ்வாதி!

"டாட்... நாம எப்படியெல்லாம் செலவு பண்றோம், எந்த மாதிரி பொருட்கள் வாங்குறோம், எவ்வளவு செலவு பண்றோம்கிற மொத்தக் கணக்கையும், ட்ராக் செஞ்சு சொல்றதுக்கு எல்லாம், இப்போ 'ஆப்' வந்தாச்சு. அதைப் பத்தி டீடெய்ல்டா சொல்றேன். அதுக்கு முன்னாடி, 'சாமர்த்தியமா பணநிர்வாகம் பண்றதுக்கு ஆன்லைன்ல நிறைய வெப்சைட்கள் இருக்கு'னு சொன்னேனே நினைவிருக்கா? பாலிசி பஜார் பத்திக்கூட சொன்னேன்ல. அதேமாதிரி இன்னும் பல பயனுள்ள வெப்சைட்கள் இருக்கு. அதுல முக்கியமான ஒண்ணை மட்டும் இப்ப சொல்றேன்" என்று ஷ்யாம் சொல்ல ஆரம்பிக்க, கேட்கத் தயாரானார் மகாதேவன்.

"வீடு வாங்கலாம்னு இருக்கேன்பா" என்றான் ஷ்யாம்.

'வெப்சைட்கள் பத்தி சொல்லப் போறேன்'னுட்டு சம்பந்தம் இல்லாம வேறு ஏதோ சொல்றானேன்னு யோசித்தார் மகா.

"கவலைப்படாதே ஷ்யாம். இன்னைக்கே நாலைஞ்சு பேங்க் ஏறி-இறங்கி எல்லா விவரங்களையும் கேட்டுவெச்சுடுறேன்" என்றார்.

TAX

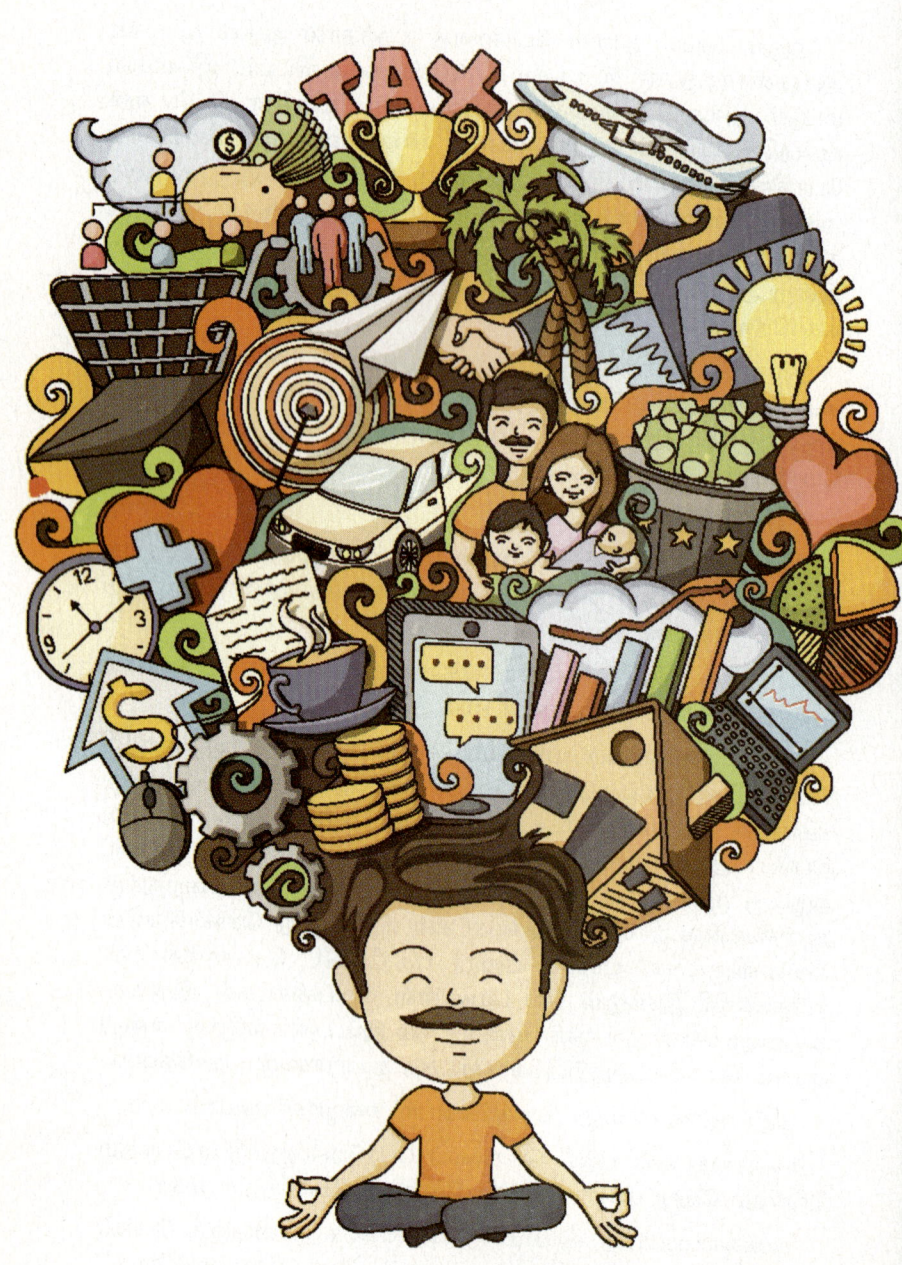

"என் வயது 50. என்னால் மாதம் ஒன்றுக்கு 1,000 முதல் 2,000 ரூபாய் வரை சேமிக்க முடியும். எனக்கு ஏற்ற சேமிப்புத் திட்டங்கள் பற்றி சொல்லுங்கள்?"

- ஜான் பாட்ஷா, சென்னை

"ஜான் பாட்ஷா... நீங்கள் உங்களைப் பற்றி கொடுத்துள்ள விவரங்கள் மிகக் குறைவு. நீங்கள் வேலைக்குச் செல்பவரா, அல்லது தொழில் முனைவோரா, பிள்ளைகள் படிப்பு போன்ற ஏதாவது குறிப்பிட்ட இலக்குக்காக காலக்கெடுவுடன் சேமிக்கிறீர்களா, அல்லது ஓய்வுகாலத்துக்கான சேமிப்பா என விவரங்கள் தெரியவேண்டும்.

இருக்கும் தகவல்களின் அடிப்படையில் மட்டும் பார்க்கையில், அதிக ரிஸ்க் எடுக்கும் சூழலில் நீங்கள் இல்லை. குறைவான ரிஸ்க் உள்ள முதலீடுகளில் பணவீக்கத்தைத் தாண்டிய பெரிய ஆதாயம் கிடைக்காது. எனவே, மீடியம் ரிஸ்க் முதலீடுகளாகப் பார்த்து முதலீடு செய்வது நல்லது.

உதாரணமாக, கடன் பத்திரங்கள் மற்றும் பங்குச் சந்தை ஆகிய இரண்டிலும் பிரித்து முதலீடு செய்யக்கூடிய நல்ல பேலன்ஸ்டு மியூச்சுவல் ஃபண்டாகத் தேர்ந்தெடுத்து, முதலீடு செய்வது ஓர் உத்தி.

மாதாமாதம் எஸ்.ஐ.பி முறையைப் பின்பற்றி தவணை முறை முதலீடாகச் செய்வதும் நல்லது.

குறைந்த பட்சம் 3-5 ஆண்டுகள் வரை தொடர்ந்து முதலீடு செய்தாலே இதில் ஓர் அளவுக்கு நல்ல ஆதாயம் கிடைக்கும் வாய்ப்பு உள்ளது.

நீண்டகால ஆதாயத்தின் மீதும், டிவிடெண்ட் வருவாயின் மீதும் வருமான வரிச் சலுகைகள் உண்டு.

எனினும் உங்களுக்கு அருகாமையில் உள்ள செபியிடம் பதிவுபெற்ற ஆலோசகரை அணுகி, உங்களைப் பற்றிய முழு விவரங்களையும் தெரிவித்து, முடிவெடுப்பது நல்லது!"

"அது தேவையில்லப்பா; எல்லா விவரங்களும் இங்கேயே இப்போவே இருக்கு. எந்த பேங்க் அல்லது கம்பெனி குறைந்த வட்டியில் கடன் குடுக்குது'னு தெரியணும்... அவ்வளவுதானே. அதை உட்கார்ந்த இடத்துலேயே தெரிஞ்சுக்கலாம்" என்றான்.

"எல்லாரையும் வீட்டுக்கு வரச் சொல்லியிருக்கியா என்ன?"

"இல்லைப்பா... பாலிசி பஜார் பத்தி முன்னாடி சொன்னேன்ல... நினைவிருக்கா?" என ஷ்யாம் கேட்டவுடன் எல்லாமும் நினைவுக்கு வந்தது மகாதேவனுக்கு.

"அதுபோலதாம்பா பேங்க் பஜாரும். இது ஒரு வெப்சைட். ஒருவிதத்தில் 'அக்ரிகேட்டர்'னு சொல்லலாம். ஐம்பதுக்கும் மேற்பட்ட வங்கிகள், மற்றும் வீட்டுக் கடன் கம்பெனிகள் பற்றிய எல்லா விவரங்களும் இங்கே தெரிஞ்சுக்கலாம்.

- நம் வருவாய்க்கு ஏற்ப எவ்வளவு கடன் கிடைக்கும்.
- எத்தனை ஆண்டுகளில் கடனைத் திருப்பிக் கட்டலாம்?
- அதற்கு வட்டி எவ்வளவு?
- இதற்காக வங்கிகள் கேட்கும் ப்ராசஸிங் கட்டணம் எவ்வளவு?
- எத்தனை நாட்களில் நம் லோன் அப்ரூவல் ஆகும்?

என பல முக்கியத் தகவல்களை வீட்டுல உட்கார்ந்துக்கிட்டே தெரிஞ்சிக்க முடியும்பா" எனத் தொடர்ந்தான்.

"அதுமட்டுமா... ஏற்கெனவே வாங்கியிருக்கிற ஹவுஸிங் லோன் மீது டாப் அப் லோனும் வாங்கலாம். ஒரு பேங்க்ல வாங்கின ஹவுஸிங் லோனை வேறு ஒரு பேங்க்குக்கு பேலன்ஸ் டிரான்ஸ்ஃபரும் செய்யலாம். கடனை முன்கூட்டியே திருப்பிக்கொடுத்து ப்ரீக்ளோஷர் செய்வதற்கு என்ன கட்டணம், ஒரு பகுதியை மட்டும் பார்ட் பேமென்டாகத் திருப்பிக் கட்டினால், அதற்கு ஏதாவது பெனிஃபிட் உண்டா... என பல முக்கியத் தகவல்களைத் தெரிஞ்சுக்க முடியும்" எனச் சொல்லிக் கொண்டிருந்தபோது டோர் பெல் அடித்தது.

இந்த நேரத்தில் பெல் அடித்தது யார் எனப் போய்ப் பார்த்தார் மகா. பீட்சா டெலிவரி பாய்!

ஸ்வாதி ஆர்டர் செய்திருந்த பீட்சா வந்திருந்தது. பீட்சாவை ஆர்டர் செய்துவிட்டு, டெலிவரி நேரம் பார்த்துச் சரியாக மொட்டை மாடிக்குப் போய்விடுவது ஸ்வாதியின் வழக்கம். இருந்தா பைசா கொடுக்கணும்ல... அதெல்லாம் அப்பா இல்லைனா அண்ணா கொடுக்கட்டுமே என்பது அவள் ப்ளான்.

"ஜங்க் ஃபுட் சாப்பிட்டு உடம்பைக் கெடுத்துக்கிறா"னு சொன்னபடி வந்து அமர்ந்தார் மகா.

கேட்டுக்காத மாதிரியே ஷ்யாம் தொடர்ந்தான்.

"பீட்சா டோர் டெலிவரிபோல, வீட்டில் இருந்தபடியே வீட்டுக் கடனையும் வாங்கிக்க வசதி இருக்குப்பா... எவ்வளவு சௌகரியம் பாருங்க."

"அதுக்கு நாம என்ன செய்யணும்?"

"ரொம்ப சிம்பிள். வருமான வரித் துறை வழங்கும் பான் கார்டு, முகவரிச் சான்று, வருமானச் சான்று, பாஸ்போர்ட் புகைப்படம் இவற்றோடு வங்கிக்கணக்கு விவரங்களை ஆன்லைனிலேயே அப்லோடும் செய்யலாம். எல்லாம் சரியாக இருந்தால், 'ஈ-அப்ரூவல் கொடுத்துவிடுவார்கள். இப்படி எல்லாவற்றையும் ஆன்லைனிலேயே செய்துவிடுவதால் அலைச்சலும் மிச்சம்; பெட்ரோலும் மிச்சம். அத்தியாவசியத் தேவையி ன்போது மட்டும், வங்கிகளுக்கு ஓரிரு முறை சென்றால் போதும். மற்றபடி நம் வீட்டுக்கே வந்து பெரும்பாலான ஃபார்மாலிட்டீஸை முடித்து விடுவார்கள். தவிரவும், இன்னும் பல ஆப்ஷன்களும் நமக்கு உண்டு... நமக்கு வசதியான வங்கியைக் குறிப்பிட்டு, வேண்டிய விவரங்களைத் தேடலாம். அல்லது நமக்கு கட்டுப்படியாகும் வட்டி விகிதத்துக்குள் கடன் கொடுக்கும் வங்கிகளை மட்டும் ஃபில்டர் செய்யும் வசதியும் உண்டு."

"இந்த வெப்சைட்ல வீட்டுக் கடன் பற்றின விவரங்கள் மட்டும்தான் இருக்குமா?" என சந்தேகம் கேட்டார் மகா.

"டூ வீலர், கார் வாங்கும் கடன்களுக்குக்கூட இந்த வெப்சைட்லல விவரம் கிடைக்கும். செகண்ட் ஹேண்ட் கார்கள் வாங்கக்கூட கடன் கிடைக்கும். தனிநபர் கடன், கிரெடிட் கார்டு, டெபிட் கார்டு உள்ளிட்ட எல்லாத் தேவைகளுக்கும்... இங்கே எல்லா டீடெயில்ஸூம் கிடைக்கும். எந்த வங்கிகள் கட்டணம் இல்லாமல் கடன் அட்டை வழங்குகின்றன, யாரிடம் குறைந்த வட்டி?னு சொல்லிட்டே போகலாம்."

"ஆக... 'கடன் வாங்கிறது எப்படி?'னு வகைவகையா சொல்லிக்கொடுத்து சுலபமாக்கிட்டாங்க" எனச் சலித்துக் கொண்டார் மகா. அவர் என்ன சொல்ல வருகிறார் எனப் புரிந்தது.

" 'A penny saved is a penny earned'-னு நீங்கதானேப்பா சொல்லிக்கொடுத்தீங்க? அத்தியாவசியத் தேவைகளுக்குக் குறைவான வட்டியில் யார் கடன் தர்றாங்கனு கண்டுபிடிக்க

உதவுது ஆன்லைன். இதுல என்ன பிரச்னை உங்களுக்கு?”எனக் கேட்டவாறே “சரிப்பா... உங்க வழிக்கே வர்றேன். எந்த வங்கியில நம்ம சேமிப்புக் கணக்குக்கு அதிக வட்டி தர்றாங்கங்கிற விவரமும் இங்கே உண்டு. நம்ம கணக்குல இருக்க இருப்புத் தொகைக்குத் தகுந்த மாதிரி, அதிக வட்டி தர்ற வங்கிகள்லாம் உண்டு. அதேமாதிரி எங்கே பணத்தைப் போட்டா நம்ம ஃபிக்ஸட் டெபாசிட், ரெக்கரிங் டெபாசிட்டுக்கு எல்லாம் எவ்வளவு அதிக வட்டி கிடைக்கும்கிற டீட்டெய்ல்ஸூம் தெரிஞ்சிக்கலாம். மியூச்சுவல் ஃபண்டு, தங்கம், வெள்ளி, இன்ஷூரன்ஸ்... பற்றியும் இங்கே விவரமாகத் தெரிஞ்சுக்கலாம். இந்தியா மட்டும் அல்லாமல், இப்போது சிங்கப்பூர், மலேஷியா, யு.ஏ.இ-னு இந்தியர்கள் அதிகம் இருக்கும், பல நாடுகளிலும் இவர்கள் சேவை உண்டு.” என்றான் ஷ்யாம்.

“உடனே இந்த ‘ஆப்’களை டவுன்லோடு செய்துகொடுப்பா” என்றார் மகா.

பின்ன... ஷ்யாம் சொல்லியிருப்பது சேமிக்க புத்திசாலித்தனமான வழி அல்லவா!

18

வரிச்சலுகைகளோடு பணவீக்கத்தைத் தாண்டிய வருமானம் பெறுவது எப்படி என்பதைத்தான் இதுவரை பார்த்துவந்தோம். என்ன செய்தாலும் முறையாக ஆவணப்படுத்தாமல் விட்டால் பிரச்னைதான்.

முதலீடு சம்பந்தமான ஒரு செக்லிஸ்ட் இது:

1. முதலீடு தொடர்புடைய அனைத்து ஆவணங்களையும் பாதுகாப்பாக ஓர் இடத்தில் வைக்க வேண்டும். அதை அவசியம் குடும்பத்தினருக்குத் தெரிவிக்க வேண்டும்.

2. முதலீட்டு ஆவணங்களை ஸ்கேன் செய்து நம் கம்ப்யூட்டரிலோ, கூகுள்

கையடக்க கணக்குப் பிள்ளை!

நாம் செய்யும் செலவை எல்லாம் தினசரி, கணக்கு எழுதி வெச்சுக்கிட்டா நல்லாத்தான் இருக்கும். எங்கே அதிகமா செலவு செய்யுறோம்கிறதைக் கண்டுபிடிச்சு தேவை இல்லாத செலவைக் குறைச்சுக்கலாம். அநாவசியச் செலவு களைக் குறைச்சு அதையே சேமிப்பா மாத்தலாம். சொல்றது ஈஸி. ஆனா, பிராக்டிக்கலா எப்படிச் செய்யுறது?

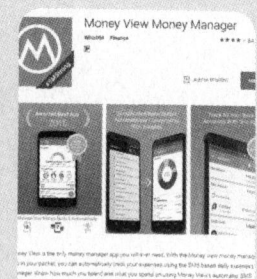

'Money view' என்கிற ஆண்ட்ராய்டு செயலி இதைத்தான் செய்கிறது. ரொம்ப செளகரியம். கிரெடிட் / டெபிட் கார்டு மூலமாக நாம் அவ்வப்போது செய்யக்கூடிய செலவுகள், வங்கியில் காசோலை மூலமாக நாம் எடுக்கும் பணம், டெலிபோன் பில், மின்சார பில், மளிகை மற்றும் பெட்ரோல் செலவு என, பல செலவுகளை ஒருசேர கணக்கு வைத்துக்கொள்வதோடு, செலவினங் களையும் இனவாரியாகப் பிரித்தும் காட்டுகிறது. நாம் எந்தெந்த பில்களை எப்போது கட்ட வேண்டும் எனவும் நமக்கு முன்கூட்டியே நினைவூட்டுகிறது. இனி, பில்லைக் கட்டாமல் தவறவிட்டு தவிக்க வேண்டிய அவசியமோ, பயமோ இல்லை. வங்கிக்கணக்கில் எவ்வளவு பணம் இருப்பு இருக்கிறது எனவும் காட்டும். மொத்தத்தில் போனிலேயே நமக்கே நமக்கு என ஒரு பெர்சனல் கணக்குப்பிள்ளை!

இதில் சிறப்பு அம்சம் என்ன தெரியுமா? உங்களுக்கு வேண்டிய மொழியைத் தேர்வுசெய்துகொள்ளும் வசதியும் உள்ளது. தமிழிலும் கணக்குப் பார்க்கலாம்.

'நாம் என்னென்ன செலவு எல்லாம் செய்கிறோம் என்று இவர்களுக்கு எப்படித் தெரிந்தது?' என ஆச்சர்யமாகக்கூட இருக்கலாம்.

ஆனால், இதில் ரகசியம் ஒன்றும் இல்லை. இந்த 'ஆப்'பை இன்ஸ்டால் செய்யும்போதே நம் எஸ்.எம்.எஸ் மற்றும் இ-மெயிலை அணுக அனுமதி கேட்கும். கிரெடிட் கார்டு மூலமாக நாம் ஒவ்வொரு செலவு செய்யும்போதும், நமக்கு ஒரு எஸ்.எம்.எஸ் அல்லது இமெயில் அலெர்ட் வரும் அல்லவா? அதைப் படித்துத்தான் இந்தத் தகவலைச் சேர்க்கிறது இந்த ஆப். அவ்வளவுதான் விஷயம்!

டிரைவிலோ ஸ்டோர் செய்து வைக்க வேண்டும். சி.டி.எஸ்.எல் மற்றும் மத்திய அரசே வழங்கும் 'இ-லாக்கர்' வசதியிலும் சேமித்துவைக்கலாம்.

3. பான் அட்டை, பாஸ்போர்ட், திருமணச் சான்றிதழ், வாக்காளர் அடையாள அட்டை, ஆதார் அட்டை, காப்பீடுகள் போன்றவற்றையும் ஸ்கேன் செய்து கம்ப்யூட்டர் மற்றும் மொபைல்போனில் வைத்துக்கொள்வதோடு, அசல் ஆவணங்களை பாதுகாப்பான இடத்தில் வைப்பது நல்லது.

4. நாம் என்ன மாதிரியான ஆயுள் காப்பீட்டுத் திட்டங்களை எடுத்திருக்கிறோம், எவ்வளவு தொகைக்கு எடுத்திருக்கிறோம், எந்தக் காப்பீட்டு நிறுவனத்தில் எடுத்திருக்கிறோம், அந்த நிறுவனம் மற்றும் இன்ஷூரன்ஸ் ஏஜென்ட்டின் பெயர், முகவரி, தொலைபேசி எண், மின் அஞ்சல் முகவரி, பாலிசி எண் என்ன, பாலிசி தேதி என்ன போன்ற முழு விவரங்களையும் குடும்பத்தினருக்குத் தெரிவிக்க வேண்டியது முக்கியம்.

5. ஓய்வுகால பென்ஷன், பொது சேமநல நிதி குறித்த கணக்கு விவரங்களையும் வீட்டில் இருப்போரிடம் பகிர்ந்துகொள்ளவும். அந்தக் கணக்கு எங்கு இருக்கிறது, அதை எப்படிப் பெற வேண்டும் என்பது உள்ளிட்ட தகவல்களையும் குறிப்பிடலாம்.

6. நம்முடைய முழுச் சொத்து விவரங்கள், பட்டா, சிட்டா, அடங்கல், வரி ரசீது, வாட்டர் டாக்ஸ், தாய்ப்பத்திரம்/மூலப் பத்திரம் ஆகியவற்றையும் பத்திரமாக ஸ்கேன்செய்து வைத்துக்கொள்வதோடு விவரங்களையும் குடும்பத்தினருக்குச் சொல்லிவைக்கவும்.

7. வங்கிக்கணக்கு எண், சேமிப்புக்கணக்கு மற்றும் ஃபிக்ஸட் டெபாசிட் விவரங்கள், கிளை முகவரி, தொலைபேசி எண், மின் அஞ்சல் ஆகியவற்றையும் குறிப்பிட்டுவைக்கவும்.

8. லாக்கர் விவரங்கள், அதில் என்ன இருக்கின்றன என்பன போன்ற தகவல்களைப் பதிவிடுவது நல்லது.

9. பங்குச்சந்தை மற்றும் மியூச்சுவல் ஃபண்ட் முதலீடுகள், டீமேட் கணக்கு எண், ஸ்டாக் புரோக்கர் முகவரி, போன் நம்பர் போன்ற விவரங்களையும் பதிவிட வேண்டும்.

10. வீட்டுக் கடன், வாகனக் கடன், பெர்சனல் லோன் போன்று யாரிடமாவது கடன் வாங்கி இருந்தால், கடன் தொகை எவ்வளவு,

எப்போது வாங்கியது, வட்டி எவ்வளவு, இதுவரை திருப்பிக் கட்டிய பணம் எவ்வளவு, மீதம் உள்ள தொகை எவ்வளவு போன்ற விவரங்களைக் குறித்துவைக்க வேண்டும்.

11. யாருக்காவது கடன் கொடுத்திருந்தால், அவர் பெயர், முகவரி, தொலைபேசி எண், கடன் தொகை, கொடுத்த தேதி, வட்டி சதவிகிதம், இதுவரை வசூலித்த தொகை, உள்ளிட்ட விவரங்களை எழுதிவைக்க வேண்டும்.

12. எல்லா முதலீடுகளுக்கும் நாமினேஷன் பதிவுசெய்வது நல்லது. நமக்குப் பிறகு நம் 'நாமினி' யார் என்பதை வங்கிக்கணக்கு, டெபாசிட், மியூச்சுவல் ஃபண்ட், பங்குச்சந்தை முதலீடுகள் உள்ளிட்ட பல முதலீடுகளுக்குப் பதிவுசெய்ய முடியும். ஒன்றுக்கு மேற்பட்ட 'நாமினி'க்களையும் குறிப்பிடமுடியும். அதிலும், ஒவ்வொரு நாமினிக்கும் ஆளுக்கு எவ்வளவு தொகை போய்ச் சேர வேண்டும் என்பதை சதவிகிதக் கணக்கிலும் குறிப்பிடலாம்.

13. முதலீடுகள் முதிர்வு அடையலாம் அல்லது கடன்கள் திருப்பிக் கட்டப்பட்டிருக்கலாம். கால ஓட்டத்தில் இவற்றில் ஏதாவது மாறுதல் ஏற்பட்டால், அதை அவ்வப்போது மாற்றி பதிவு செய்துவைத்துக்கொள்ள வேண்டும்.

14. ரகசியமாக இருக்கவேண்டிய விஷயங்கள் அப்படியே தொடர வேண்டும். எனினும், முக்கியமானவற்றை முக்கியமானவர்களுடன்

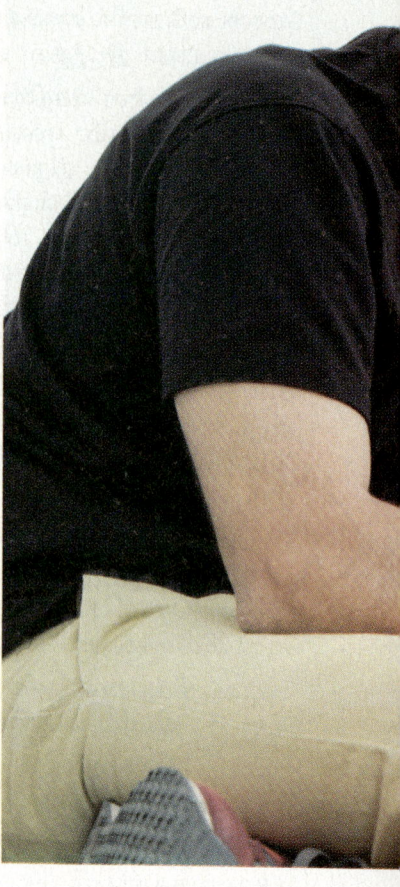

shutterstock_143276005

மட்டுமாவது பகிர்ந்துகொள்வது நல்லது. 'வில்' எழுதியும் வைக்கலாம்.

15. இதை, பொதுவெளியில் பகிராதீர்கள். வீட்டில் முக்கியமான, விவரமான ஒருவருடன் மட்டுமே பகிருங்கள்.

இது முழுமையான பட்டியல் அல்ல. தேவையானவற்றை இணைத்துக்கொள்ளலாம்.

சாமர்த்தியமாக முதலீடுகள் செய்வது எவ்வளவு முக்கியமோ, அதைவிட முக்கியம் அவற்றைக் கணக்குவழக்குப் பார்த்து பத்திரமாக அடுத்த சந்ததியினரிடம் சேர்ப்பது.

முதலீடுகள் செழிக்க வாழ்த்துகள்!